ANG PINAKAMAHUSAY GITNA SILANGAN AKLAT NG LUTUIN

Tikman ang 100 Saganang lasa ng Lutuing Gitnang Silangan

Manuela Soler

Copyright Material ©2024

Lahat ng Karapatan ay Nakalaan

Walang bahagi ng aklat na ito ang maaaring gamitin o ipadala sa anumang anyo o sa anumang paraan nang walang wastong nakasulat na pahintulot ng publisher at may-ari ng copyright, maliban sa mga maikling sipi na ginamit sa isang pagsusuri. Ang aklat na ito ay hindi dapat ituring na kapalit ng medikal, legal, o iba pang propesyonal na payo.

TALAAN NG MGA NILALAMAN

TALAAN NG NILALAMAN 3
PANIMULA 6
ALMUHAN 7
1. RED PEPPER AT BAKED EGG GALETTES 8
2. ACHARULI KHACHAPURI 11
3. SHAKSHUKA 15
4. NILAGANG ITLOG NA MAY KORDERO, TAHINI AT SUMAC 18

MGA SIMULA 21
5. BASIC HUMMUS 22
6. HUMMUS KAWARMA (LAMB) NA MAY LEMON SAUCE 25
7. BRICK 28
8. SFIHA O LAHM BI'AJEEN 31
9. FALAFEL 34
10. A'JA (MGA PINIRITONG TINAPAY) 37
11. SWISS CHARD FRITTERS 39
12. MUSABAHA (MAINIT NA CHICKPEAS NA MAY HUMMUS) AT TOASTED PITA 42
13. LAMB-STUFFED QUINCE NA MAY POMEGRANATE AT CILANTRO 45
14. LATKES 48
15. SINGKAMAS AT VEAL NA "CAKE" 51
16. PINALAMANAN NA SIBUYAS 54
17. BUKSAN ANG KIBBEH 57
18. TINADTAD NA ATAY 60
19. KUBBEH HAMUSTA 63
20. STUFFED ROMANO PEPPERS 67
21. STUFFED EGGPLANT WITH LAMB & PINE NUTS 70
22. PINALAMANAN NA PATATAS 73
23. STUFFED ARTICHOKES NA MAY MGA GISANTES AT DILL 76

PANGUNAHING KURSO 79
24. INIHAW NA KAMOTE AT SARIWANG IGOS 80
25. ANG MATABA NI NA'AMA 83
26. HERB PIE 86
27. INIHAW NA TALONG NA MAY PRITONG SIBUYAS 89
28. INIHAW NA BUTTERNUT SQUASH NA MAY ZA'ATAR 92
29. FAVA BEAN KUKU 95
30. LEMONY LEEK MEATBALLS 98
31. ROOT VEGETABLE SLAW NA MAY LABNEH 101
32. PRITONG KAMATIS NA MAY BAWANG 103
33. CHERMOULA EGGPLANT NA MAY BULGUR AT YOGURT 105
34. PRITONG CAULIFLOWER NA MAY TAHINI 108
35. MIDDLE EASTERN MIXED GRILL 111
36. NILAGANG PUGO NA MAY APRICOTS AT TAMARIND 114

37. Inihaw na manok na may clementines 117
38. Inihaw na Manok na may Jerusalem Artichoke 120
39. Inihaw na manok na may freekeh 123
40. Manok na may Sibuyas at Cardamom Rice 126
41. Saffron Chicken & Herb Salad 129
42. Chicken sofrito 132
43. Kofta b'siniyah 135
44. Mga Beef Meatball na may Fava Beans at Lemon 138
45. Lamb Meatballs na may Barberry, Yogurt at Herbs 141
46. Turkey at Zucchini Burger na may Green Onion at Cumin 144
47. Mabagal na Lutong Veal na may Prunes at Leek 147
48. Lamb shawarma 151
49. Panfried Sea Bass kasama sina Harissa at Rose 155
50. Fish at caper kebab na may sinunog na talong at lemon pickle 158
51. Panfried mackerel na may golden beet at orange salsa 161
52. Cod Cake sa Tomato Sauce 164
53. Inihaw na isda skewer na may hawayej at parsley 167
54. Prawns, Scallops & Clams with Tomato & Feta 170
55. Salmon Steak sa Chraimeh Sauce 173
56. Adobong Matamis at Maasim na Isda 176
57. Butternut Squash at Tahini Spread 179
58. Polpettone 181
59. Charred Okra with Tomato 185
60. Nasusunog na Talong na may Buto ng Granada 187
61. Tabbouleh 190
62. Inihaw na patatas na may karamelo at prun 193
63. Swiss Chard na may Tahini, Yogurt at Buttered Pine Nuts 196
64. Saffron Rice na may Barberry, Pistachio at Mixed Herbs 199
65. Sabih 202
66. Mejadra 205
67. Wheat Berries at Swiss Chard na may Pomegranate Molasses 208
68. Balilah 211
69. Basmati rice at orzo 213
70. Basmati at Wild Rice na may Chickpeas, Currants at Herbs 215
71. Barley Risotto na may Marinated Feta 218
72. Conchiglie na may Yogurt, Peas at Chile 221
73. Maqluba 223
74. Couscous na may kamatis at sibuyas 227

SALADS 230
75. Baby spinach salad na may mga petsa at almendras 231
76. Raw artichoke at herb salad 233
77. Parsley at Barley Salad 236
78. Mixed Bean Salad 239
79. Kohlrabi Salad 242

80. Maanghang na carrot salad 244
81. Fricassee salad 246
82. Spiced Chickpeas at Vegetable Salad 249
83. Chunky zucchini at tomato salad 252
84. Spicy Beet, Leek at Walnut Salad 255
85. Roasted Cauliflower at Hazelnut Salad 258

MGA SOPAS 260
86. Watercress at chickpea soup na may rose water 261
87. Mainit na yogurt at barley na sopas 264
88. Cannellini bean at sopas ng tupa 266
89. Seafood at Fennel Soup 269
90. Pistachio sopas 272
91. Nasunog na Talong at Mograbieh Soup 275
92. Tomato at sourdough na sopas 278
93. Malinis na sabaw ng manok na may knaidlach 280
94. Maanghang na freekeh na sopas na may mga bola-bola 284

DESSERT 287
95. Matamis na Filo Cigars 288
96. Puréed beets na may yogurt at za'atar 291
97. Ka'ach Bilmalch 293
98. Burekas 296
99. Ghraybeh 299
100. Mutabbaq 301

KONKLUSYON 304

PANIMULA

Sumakay sa isang culinary odyssey na lumalampas sa panahon at hangganan habang iniimbitahan ka naming tuklasin ang makulay na tapiserya ng mga lasa sa "ANG PINAKAMAHUSAY GITNA SILANGAN AKLAT NG LUTUIN." Sa loob ng mga pahina ng gastronomic na obra maestra na ito, sinisiyasat namin nang malalim ang gitna ng lutuing Middle Eastern, na nagpapakita ng nakakaakit na hanay ng 100 mga recipe na sumasaklaw sa kayamanan at pagkakaiba-iba ng sinaunang tradisyon sa pagluluto na ito.

Isipin ang mga bango ng kakaibang pampalasa na dumadaloy sa mataong mga pamilihan, ang sitsit ng karne sa mga bukas na grill, at ang mainit na mabuting pakikitungo na tumutukoy sa kainan sa Middle Eastern. Mula sa sun-kissed baybayin ng Mediterranean hanggang sa mga palengke na puno ng pampalasa ng Arabian Peninsula, ang cookbook na ito ay ang iyong pasaporte upang matikman ang kakaiba at mapang-akit na panlasa na ginawang perpekto sa loob ng maraming siglo.

Ang aming paglalakbay sa pagluluto ay lumalampas sa larangan ng mga recipe; ito ay isang pagdiriwang ng kultural na pamana, tradisyon, at kasiningan ng pagluluto sa Middle Eastern. Ang bawat ulam ay isang obra maestra sa sarili nitong karapatan, na nagsasabi ng isang kuwento ng mga impluwensya sa rehiyon, mga tradisyon ng pamilya, at isang malalim na koneksyon sa lupain.

Ikaw man ay isang naghahangad na chef sa bahay na sabik na muling likhain ang mga tunay na lasa ng Middle East o isang batikang culinary explorer na naglalayong palawakin ang iyong repertoire, ang mga recipe na ito ay maingat na na-curate upang gabayan ka sa masalimuot na mga nuances ng Middle Eastern cuisine. Kaya, samahan kami sa pagsisimula namin sa adventure na ito na puno ng lasa, kung saan ang bawat pahina ay nagbubukas ng bagong kabanata sa mayamang tapiserya ng "ANG PINAKAMAHUSAY GITNA SILANGAN AKLAT NG LUTUIN."

BREAKFAST

1. **Red Pepper at Baked Egg Galettes**

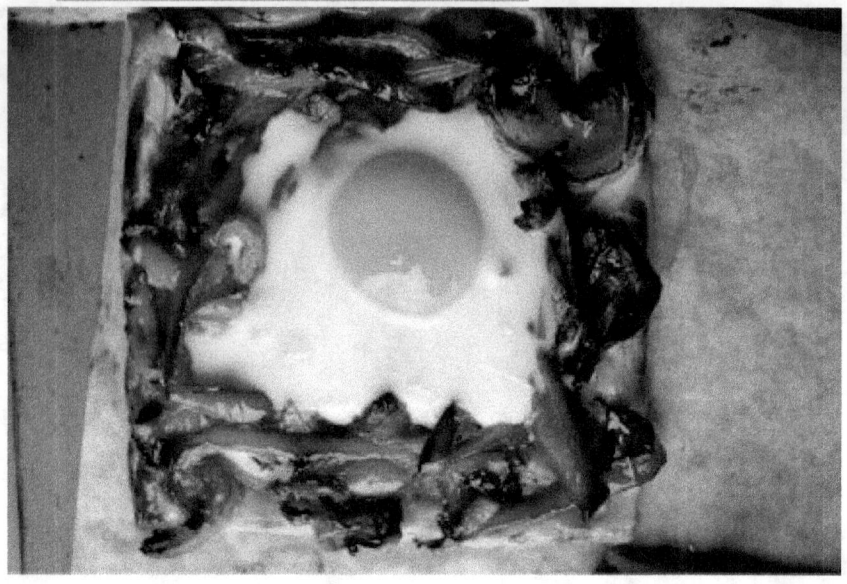

Gumagawa: 4

MGA INGREDIENTS
- 4 na katamtamang pulang paminta, hinati, pinagbinhi, at gupitin ng ⅜ pulgada / 1 cm ang lapad
- 3 maliit na sibuyas, hatiin at gupitin sa mga wedges na ¾ pulgada / 2 cm ang lapad
- 4 thyme sprigs, mga dahon ay kinuha at tinadtad
- 1½ tsp ground coriander
- 1½ tsp ground cumin
- 6 na kutsarang langis ng oliba, dagdag pa para matapos
- 1½ kutsarang flat-leaf na dahon ng parsley, tinadtad nang magaspang
- 1½ kutsarang dahon ng cilantro, tinadtad nang magaspang
- 9 oz / 250 g pinakamahusay na kalidad, all-butter puff pastry
- 2 tbsp / 30 g kulay-gatas
- 4 na malalaking free-range na itlog (o 5½ oz / 160 g feta cheese, gumuho), kasama ang 1 itlog, bahagyang pinalo
- asin at sariwang giniling na itim na paminta

MGA TAGUBILIN
a) Painitin muna ang oven sa 400°F / 210°C. Sa isang malaking mangkok, paghaluin ang mga sili, sibuyas, dahon ng thyme, giniling na pampalasa, langis ng oliba, at isang kurot na asin. Ikalat sa isang litson na kawali at inihaw sa loob ng 35 minuto, pagpapakilos ng ilang beses sa panahon ng pagluluto. Ang mga gulay ay dapat na malambot at matamis ngunit hindi masyadong malutong o kayumanggi, dahil mas lulutuin ang mga ito. Alisin mula sa oven at ihalo ang kalahati ng sariwang damo. Tikman para sa pampalasa at itabi. Painitin ang oven sa 425°F / 220°C.

b) Sa ibabaw ng bahagyang floured, igulong ang puff pastry sa isang 12-inch / 30cm square na humigit-kumulang ⅛ pulgada / 3 mm ang kapal at gupitin sa apat na 6-inch / 15cm squares. Tusukin ang lahat ng mga parisukat gamit ang isang tinidor at ilagay ang mga ito, na may mahusay na espasyo, sa isang baking sheet na nilagyan ng parchment paper. Iwanan upang magpahinga sa refrigerator ng hindi bababa sa 30 minuto.

c) Alisin ang pastry mula sa refrigerator at i-brush ang tuktok at gilid ng pinalo na itlog. Gamit ang isang offset na spatula o likod ng isang kutsara, ikalat ang 1½ kutsarita ng sour cream sa bawat parisukat, na nag-iiwan ng ¼-pulgada / 0.5cm na hangganan sa paligid ng mga gilid. Ayusin ang 3 kutsara ng pinaghalong paminta sa ibabaw ng mga parisukat na may tuktok na kulay-gatas, na iniwang malinaw na tumaas ang mga hangganan. Dapat itong ikalat nang pantay-pantay, ngunit mag-iwan ng isang mababaw na balon sa gitna upang hawakan ang isang itlog mamaya.

d) Ihurno ang mga galette sa loob ng 14 minuto. Kunin ang baking sheet mula sa oven at maingat na basagin ang isang buong itlog sa balon sa gitna ng bawat pastry. Ibalik sa oven at lutuin ng isa pang 7 minuto, hanggang sa maitakda na ang mga itlog. Budburan ng itim na paminta at ang natitirang mga halamang gamot at lagyan ng mantika. Ihain nang sabay-sabay.

2. Acharuli khachapuri

Gumagawa ng: 6
NA INGREDIENTS
DOUGH
- 2 tasa / 250 g harina ng tinapay
- 1½ tsp mabilis na pagtaas ng aktibong dry yeast
- 1 malaking free-range na itlog, pinalo
- ½ tasa / 110 g Greek yogurt
- ¼ tasa / 60 ML ng maligamgam na tubig
- ½ tsp asin

PAGPUPUNO
- 1½ oz / 40 g halloumi cheese, gupitin sa ¼-inch / 0.5cm cube
- 2 tbsp / 20 g crumbled feta cheese
- ¼ tasa / 60 g ricotta cheese
- ¼ tasa / 60 g ricotta cheese
- ¼ tsp dinurog na itim na paminta
- ⅛ tsp asin, dagdag pa para matapos
- ½ kutsarang tinadtad na thyme, at dagdag na iwiwisik
- ½ kutsarang za'atar
- gadgad na zest ng ½ lemon
- 6 malaking free-range na itlog
- langis ng oliba, upang ihain

MGA TAGUBILIN

a) Magsimula sa kuwarta. Salain ang harina sa isang malaking mangkok ng paghahalo at idagdag ang lebadura. Maghalo nang bahagya. Gumawa ng isang balon sa gitna at ibuhos ang kalahati ng itlog (panatilihin ang kalahati upang i-brush ang mga rolyo mamaya), yogurt, at ang maligamgam na tubig. Budburan ang asin sa paligid ng balon.

b) Simulan ang paghahalo ng halo, pagdaragdag ng isang maliit na bahagi ng mas maraming tubig kung kinakailangan (hindi gaanong; ang kuwarta na ito ay dapat na tuyo), hanggang ang lahat ay magkakasama sa isang magaspang na kuwarta. Ilipat sa ibabaw ng trabaho at masahin gamit ang kamay sa loob ng 10 minuto, hanggang sa magkaroon ka ng malambot, nababanat na masa na hindi malagkit. Ibalik ang kuwarta sa mangkok, takpan ng isang tuwalya ng tsaa, at hayaang tumaas sa temperatura ng silid hanggang sa doble ang laki, 1 hanggang 1½ oras.

c) Masahin muli para mapatumba ang hangin. Hatiin ang kuwarta sa 6 pantay na bahagi at igulong ang bawat isa sa isang bola. Ilagay sa ibabaw ng bahagyang harina, takpan ng tuwalya, at hayaang tumaas ng 30 minuto.

d) Upang ihanda ang pagpuno, pagsamahin ang lahat ng mga sangkap maliban sa mga itlog at langis ng oliba at haluing mabuti. Maglagay ng baking sheet sa oven at painitin sa 425°F / 220°C.

e) Sa isang mahusay na harina na ibabaw, igulong ang mga bola ng kuwarta sa mga bilog na 6½ pulgada / 16 cm ang lapad at humigit-kumulang ⅛ pulgada / 2 mm ang kapal. Magagawa mo ito gamit ang isang rolling pin o sa pamamagitan ng pag-unat nito gamit ang iyong mga kamay.

f) Sandok ang humigit-kumulang isang-ikaanim ng pagpuno ng keso sa gitna ng bawat bilog at ikalat ito nang bahagya sa kaliwa at pakanan upang halos umabot ito sa dalawang gilid ng bilog. Kunin ang kanan at kaliwang gilid sa pagitan ng iyong mga daliri at kurutin ang mga ito habang iniunat mo nang kaunti ang kuwarta upang lumikha ng isang pahabang, hugis-bangka na pastry na may keso sa gitna. Ituwid ang mga dingding sa gilid at subukang gawin ang mga ito ng hindi bababa sa 1¼ pulgada / 3 cm ang taas at lapad, upang magkaroon ng sapat na espasyo sa gitna upang hawakan ang keso pati na rin ang buong itlog na idadagdag mamaya. Kurutin muli ang mga dulo upang hindi ito bumuka habang nagluluto.

g) I-brush ang mga rolyo gamit ang natitirang kalahating itlog at ilagay ang mga ito sa isang sheet ng parchment paper na kasing laki ng iyong baking sheet. Magwiwisik ng ilang dahon ng thyme sa ibabaw ng mga rolyo. Alisin ang baking sheet mula sa oven, mabilis na ilagay ang parchment at roll sa kawali, at ibalik ang kawali sa oven. Maghurno ng 15 minuto, hanggang sa ang mga gilid ay magkaroon ng ginintuang kayumanggi.

h) Alisin ang baking sheet mula sa oven. Hatiin ang isang itlog sa isang maliit na tasa. Nang hindi ito masira, dahan-dahang iangat ang pula ng itlog gamit ang iyong mga daliri at ilagay ito sa gitna ng isa sa mga rolyo. Ibuhos ang kasing dami ng puti ng itlog na kasya, pagkatapos ay ulitin sa natitirang mga itlog at rolyo. Huwag mag-alala kung may tumalsik na puting itlog; lahat ito ay bahagi ng rustic charm. Ibalik ang kawali sa oven at maghurno ng 5 minuto. Ang mga puti ng itlog ay dapat na itakda at ang mga pula ng itlog ay dapat manatiling matunaw. Hayaang lumamig ng 5 minuto bago mo lagyan ng langis ng oliba, budburan ng asin, at ihain.

3. Shakshuka

Gumagawa: 2 HANGGANG 4

MGA INGREDIENTS
- 2 kutsarang langis ng oliba
- 2 kutsarang Pilpelchuma o harissa (binili sa tindahan o tingnan ang recipe)
- 2 tsp tomato paste
- 2 malalaking pulang sili, gupitin sa ¼-pulgada / 0.5cm na dice (2 tasa / 300 g sa kabuuan)
- 4 cloves na bawang, pinong tinadtad
- 1 tsp ground cumin
- 5 malaki, hinog na kamatis, tinadtad (5 tasa / 800 g sa kabuuan); ayos din ang de lata
- 4 na malalaking free-range na itlog, kasama ang 4 na pula ng itlog
- ½ tasa / 120 g labneh (binili sa tindahan o tingnan ang recipe) o makapal na yogurt
- asin

MGA TAGUBILIN

a) Init ang langis ng oliba sa isang malaking kawali sa katamtamang init at idagdag ang pilpelchuma o harissa, tomato paste, paminta, bawang, kumin, at ¾ kutsarita ng asin. Haluin at lutuin sa katamtamang init ng mga 8 minuto para lumambot ang mga sili. Idagdag ang mga kamatis, pakuluan at lutuin ng isa pang 10 minuto hanggang sa magkaroon ka ng makapal na sarsa. Panlasa para sa pampalasa.

b) Gumawa ng 8 maliit na sawsaw sa sarsa. Dahan-dahang basagin ang mga itlog at maingat na ibuhos ang bawat isa sa sarili nitong sawsaw. Gawin ang parehong sa mga yolks. Gumamit ng tinidor upang paikutin ng kaunti ang mga puti ng itlog kasama ng sarsa, ingatan na huwag masira ang mga pula ng itlog. Dahan-dahang kumulo sa loob ng 8 hanggang 10 minuto, hanggang sa mabuo ang mga puti ng itlog ngunit matuyo pa rin ang mga pula ng itlog (maaari mong takpan ng takip ang kawali kung nais mong mapabilis ang proseso).

c) Alisin mula sa init, mag-iwan ng ilang minuto upang manirahan, pagkatapos ay kutsara sa mga indibidwal na plato at ihain kasama ang labneh o yogurt.

4. **Nilagang Itlog na may Tupa, Tahini at Sumac**

Gumagawa: 4

MGA INGREDIENTS
- 1 kutsarang langis ng oliba
- 1 malaking sibuyas, pinong tinadtad (1¼ tasa / 200 g sa kabuuan)
- 6 cloves na bawang, hiniwa ng manipis
- 10 oz / 300 g giniling na tupa
- 2 tsp sumac, dagdag pa para matapos
- 1 tsp ground cumin
- ½ tasa / 50 g toasted unsalted pistachios, durog
- 7 tbsp / 50 g toasted pine nuts
- 2 tsp harissa paste (binili sa tindahan o tingnan ang recipe)
- 1 kutsarang pinong tinadtad na napreserbang balat ng lemon (binili sa tindahan o tingnan ang recipe)
- 1⅓ tasa / 200 g cherry tomatoes
- ½ tasa / 120 ML stock ng manok
- 4 na malalaking free-range na itlog
- ¼ tasa / 5 g piniling dahon ng cilantro, o 1 kutsarang Zhoug
- asin at sariwang giniling na itim na paminta

YOGURT SAUCE
- ½ tasa / 100 g Greek yogurt
- 1½ kutsara / 25 g tahini paste
- 2 kutsarang sariwang kinatas na lemon juice
- 1 kutsarang tubig

MGA TAGUBILIN

a) Init ang langis ng oliba sa medium-high heat sa isang medium, heavy-bottomed frying pan kung saan mayroon kang masikip na takip. Ilagay ang sibuyas at bawang at igisa ng 6 minuto para lumambot at medyo makulayan. Itaas ang apoy sa mataas, idagdag ang tupa, at kayumanggi nang mabuti, 5 hanggang 6 na minuto. Timplahan ng sumac, cumin, ¾ kutsarita ng asin, at ilang itim na paminta at lutuin ng isa pang minuto. Patayin ang apoy, ihalo ang mga mani, harissa, at preserved lemon at itabi.

b) Habang nagluluto ang sibuyas, magpainit ng hiwalay na maliit na cast-iron o iba pang mabigat na kawali sa sobrang init. Kapag mainit na ang piping, idagdag ang cherry tomatoes at char sa loob ng 4 hanggang 6 na minuto, ihahagis ang mga ito sa kawali paminsan-minsan, hanggang sa bahagyang maitim sa labas. Itabi.

c) Ihanda ang sarsa ng yogurt sa pamamagitan ng paghahalo ng lahat ng sangkap na may isang pakurot ng asin. Kailangan itong makapal at mayaman, ngunit maaaring kailanganin mong magdagdag ng isang splash ng tubig kung ito ay matigas.

d) Maaari mong iwanan ang karne, kamatis, at sarsa sa yugtong ito nang hanggang isang oras. Kapag handa ka nang ihain, initin muli ang karne, ilagay ang stock ng manok, at pakuluan. Gumawa ng 4 na maliit na balon sa halo at basagin ang isang itlog sa bawat balon. Takpan ang kawali at lutuin ang mga itlog sa mahinang apoy sa loob ng 3 minuto. Ilagay ang mga kamatis sa ibabaw, iwasan ang mga yolks, takpan muli, at lutuin ng 5 minuto, hanggang sa maluto ang mga puti ng itlog ngunit ang mga pula ng itlog ay matuyo pa rin.

e) Alisin mula sa init at lagyan ng tuldok ng yogurt sauce, budburan ng sumac, at tapusin sa cilantro. Ihain nang sabay-sabay.

MGA NAGSIMULA

5. Pangunahing hummus

Gumagawa: 6
MGA INGREDIENTS
- 1¼ tasa / 250 g pinatuyong chickpeas
- 1 tsp baking soda
- 6½ tasa / 1.5 litro ng tubig
- 1 tasa plus 2 tbsp / 270 g light tahini paste
- 4 na kutsarang sariwang kinatas na lemon juice
- 4 cloves na bawang, durog
- 6½ kutsara / 100 ml na malamig na tubig
- asin

MGA TAGUBILIN

a) Sa gabi bago, ilagay ang mga chickpeas sa isang malaking mangkok at takpan ang mga ito ng malamig na tubig ng hindi bababa sa dalawang beses ang dami nito. Iwanan upang magbabad magdamag.

b) Sa susunod na araw, alisan ng tubig ang mga chickpeas. Maglagay ng katamtamang kasirola sa mataas na apoy at idagdag ang pinatuyo na mga chickpeas at baking soda. Magluto ng halos 3 minuto, patuloy na pagpapakilos. Idagdag ang tubig at pakuluan. Magluto, mag-skim ng anumang foam at anumang balat na lumulutang sa ibabaw. Ang mga chickpeas ay kailangang magluto sa pagitan ng 20 at 40 minuto, depende sa uri at pagiging bago, kung minsan ay mas mahaba pa. Kapag tapos na, dapat ay napakalambot, madaling masira kapag pinindot sa pagitan ng iyong hinlalaki at daliri, halos ngunit hindi masyadong malambot.

c) Alisan ng tubig ang mga chickpeas. Dapat ay mayroon kang humigit-kumulang 3⅔ tasa / 600 g ngayon. Ilagay ang mga chickpeas sa isang food processor at iproseso hanggang sa makakuha ka ng matigas na paste. Pagkatapos, habang tumatakbo pa ang makina, idagdag ang tahini paste, lemon juice, bawang, at 1½ kutsarita ng asin. Panghuli, dahan-dahang ibuhos ang may yelong tubig at hayaan itong maghalo nang mga 5 minuto, hanggang sa makakuha ka ng napakakinis at creamy na paste.

d) Ilipat ang hummus sa isang mangkok, takpan ang ibabaw ng plastic wrap, at hayaan itong magpahinga nang hindi bababa sa 30 minuto. Kung hindi kaagad ginagamit, palamigin hanggang kinakailangan. Siguraduhing ilabas ito sa refrigerator ng hindi bababa sa 30 minuto bago ihain.

6. Hummus Kawarma (Lamb) na may Lemon Sauce

Gumagawa: 6

MGA INGREDIENTS
KAWARMA
- 10½ oz / 300 g neck fillet ng tupa, pinong tinadtad gamit ang kamay
- ¼ tsp sariwang giniling na itim na paminta
- ¼ tsp sariwang giniling na puting paminta
- 1 tsp ground allspice
- ½ tsp giniling na kanela
- magandang kurot ng bagong gadgad na nutmeg
- 1 tsp dinurog na tuyong dahon ng za'atar o oregano
- 1 kutsarang puting alak na suka
- 1 kutsarang tinadtad na mint
- 1 kutsarang tinadtad na flat-leaf parsley
- 1 tsp asin
- 1 kutsarang unsalted butter o ghee
- 1 tsp langis ng oliba

LEMON SAUCE
- ⅓ oz / 10 g flat-leaf parsley, pinong tinadtad
- 1 berdeng sili, pinong tinadtad
- 4 na kutsarang sariwang kinatas na lemon juice
- 2 kutsarang puting alak na suka
- 2 cloves bawang, durog
- ¼ tsp asin

MGA TAGUBILIN
a) Upang gawin ang kawarma, ilagay ang lahat ng sangkap bukod sa mantikilya o ghee at mantika sa isang medium na mangkok. Haluing mabuti, takpan, at hayaang mag-marinate ang timpla sa refrigerator sa loob ng 30 minuto.

b) Bago ka handa na lutuin ang karne, ilagay ang lahat ng sangkap para sa lemon sauce sa isang maliit na mangkok at haluing mabuti.

c) Init ang mantikilya o ghee at ang langis ng oliba sa isang malaking kawali sa katamtamang init. Idagdag ang karne sa dalawa o tatlong batch at pukawin habang pinirito mo ang bawat batch sa loob ng 2 minuto. Ang karne ay dapat na light pink sa gitna.

d) Hatiin ang hummus sa 6 na indibidwal na mababaw na mangkok, mag-iwan ng bahagyang guwang sa gitna ng bawat isa. Sandok ang mainit na kawarma sa guwang at ikalat kasama ang mga nakareserbang chickpeas.

e) Magpahid ng masaganang sarsa ng lemon at palamutihan ng kaunting perehil at mga pine nuts.

7. <u>Brick</u>

Gumagawa: 2

MGA INGREDIENTS
- mga 1 tasa / 250 ML ng langis ng mirasol
- 2 bilog na feuilles de brick pastry, 10 hanggang 12 pulgada / 25 hanggang 30 cm ang lapad
- 3 kutsarang tinadtad na flat-leaf parsley
- 1½ kutsarang tinadtad na berdeng sibuyas, parehong berde at puting bahagi
- 2 malaking free-range na itlog
- asin at sariwang giniling na itim na paminta

MGA TAGUBILIN
a) Ibuhos ang langis ng mirasol sa isang medium na kasirola; dapat itong umabot sa mga ¾ pulgada / 2 cm pataas sa mga gilid ng kawali. Ilagay sa medium heat at iwanan hanggang sa mainit ang mantika. Hindi mo nais na ito ay masyadong mainit o ang pastry ay masusunog bago maluto ang itlog; magsisimulang lumabas ang maliliit na bula kapag naabot nito ang tamang temperatura.

b) Ilagay ang isa sa mga bilog ng pastry sa loob ng isang mababaw na mangkok. (Maaari kang gumamit ng mas malaking piraso kung ayaw mong mag-aksaya ng maraming pastry at mapuno ito ng higit pa.) Kailangan mong magtrabaho nang mabilis upang ang pastry ay hindi matuyo at maging matigas. Ilagay ang kalahati ng perehil sa gitna ng bilog at iwiwisik ang kalahati ng berdeng sibuyas. Gumawa ng isang maliit na pugad kung saan magpahinga ng isang itlog, pagkatapos ay maingat na pumutok ng isang itlog sa pugad. Magwiwisik ng masaganang asin at paminta at tiklupin ang mga gilid ng pastry upang makagawa ng parsela. Ang apat na fold ay magkakapatong upang ang itlog ay ganap na nakapaloob. Hindi mo maaaring selyuhan ang pastry, ngunit ang isang maayos na fold ay dapat panatilihin ang itlog sa loob.

c) Maingat na iikot ang parsela at dahan-dahang ilagay ito sa langis, i-seal ang gilid pababa. Magluto ng 60 hanggang 90 segundo sa bawat panig, hanggang sa maging golden brown ang pastry. Ang puti ng itlog ay dapat itakda at ang pula ng itlog ay matuyo pa. Iangat ang nilutong parsela mula sa mantika at ilagay sa pagitan ng mga tuwalya ng papel upang masipsip ang labis na mantika. Panatilihing mainit-init habang niluluto mo ang pangalawang pastry. Ihain ang parehong parsela nang sabay-sabay.

8. Sfiha o Lahm Bi'ajeen

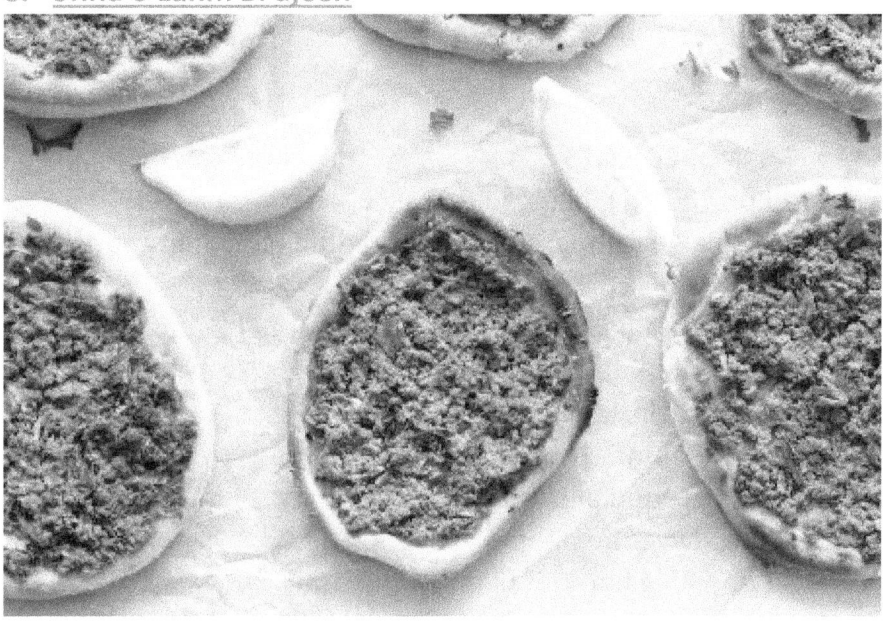

Gumagawa: MGA 14 PASTRIES

TOPPING

MGA INGREDIENTS
- 9 oz / 250 g giniling na tupa
- 1 malaking sibuyas, pinong tinadtad (1 heaping cup / 180 g sa kabuuan)
- 2 medium na kamatis, pinong tinadtad (1½ tasa / 250 g)
- 3 tbsp light tahini paste
- 1¼ tsp asin
- 1 tsp ground cinnamon
- 1 tsp ground allspice
- ⅛ tsp cayenne pepper
- 1 oz / 25 g flat-leaf parsley, tinadtad
- 1 kutsarang sariwang kinatas na lemon juice
- 1 kutsarang pulot ng granada
- 1 kutsarang sumac
- 3 kutsara / 25 g ng mga pine nuts
- 2 lemon, gupitin sa mga wedges

DOUGH
- 1⅔ tasa / 230 g harina ng tinapay
- 1½ kutsarang powdered milk
- ½ kutsarang asin
- 1½ tsp mabilis na pagtaas ng aktibong dry yeast
- ½ tsp baking powder
- 1 kutsarang asukal
- ½ tasa / 125 ML ng langis ng mirasol
- 1 malaking free-range na itlog
- ½ tasa / 110 ML ng maligamgam na tubig
- langis ng oliba, para sa pagsipilyo

MGA TAGUBILIN

a) Magsimula sa kuwarta. Ilagay ang harina, powdered milk, asin, yeast, baking powder, at asukal sa isang malaking mangkok ng paghahalo. Haluing mabuti upang ihalo, pagkatapos ay gumawa ng balon sa gitna. Ilagay ang langis ng mirasol at itlog sa balon, pagkatapos ay haluin habang idinadagdag mo ang tubig. Kapag nagsama-sama ang kuwarta, ilipat ito sa ibabaw ng trabaho at masahin ng 3 minuto, hanggang sa nababanat at magkapareho. Ilagay sa isang mangkok, magsipilyo ng ilang langis ng oliba, takpan ng isang tuwalya sa isang mainit na lugar, at mag-iwan ng 1 oras, kung saan ang kuwarta ay dapat na tumaas ng kaunti.

b) Sa isang hiwalay na mangkok, gamitin ang iyong mga kamay upang paghaluin ang lahat ng mga sangkap sa ibabaw maliban sa mga pine nuts at lemon wedges. Itabi.

c) Painitin muna ang oven sa 450°F / 230°C. Iguhit ang isang malaking baking sheet na may parchment paper.

d) Hatiin ang tumaas na kuwarta sa 2-oz / 50g na bola; dapat mayroon kang mga 14. Igulong ang bawat bola sa isang bilog na humigit-kumulang 5 pulgada / 12 cm ang lapad at ⅙ pulgada / 2 mm ang kapal. Bahagyang i-brush ang bawat bilog sa magkabilang panig ng langis ng oliba at ilagay sa baking sheet. Takpan at hayaang tumaas ng 15 minuto.

e) Gumamit ng isang kutsara upang hatiin ang pagpuno sa mga pastry, at ikalat ito nang pantay-pantay upang masakop nito nang buo ang masa. Budburan ng pine nuts. Itabi upang tumaas para sa isa pang 15 minuto, pagkatapos ay ilagay sa oven ng mga 15 minuto, hanggang sa maluto lamang. Gusto mong tiyakin na ang pastry ay lutong lamang, hindi overbaked; ang topping ay dapat na bahagyang pink sa loob at ang pastry ay ginintuang sa ilalim. Alisin mula sa oven at ihain nang mainit-init o sa temperatura ng kuwarto kasama ang lemon wedges.

9. Falafel

Gumagawa: MGA 20 BOLA

MGA INGREDIENTS
- 1¼ tasa / 250 g pinatuyong chickpeas
- ½ katamtamang sibuyas, pinong tinadtad (½ tasa / 80 g sa kabuuan)
- 1 sibuyas na bawang, durog
- 1 kutsarang pinong tinadtad na flat-leaf parsley
- 2 kutsarang pinong tinadtad na cilantro
- ¼ tsp cayenne pepper
- ½ tsp ground cumin
- ½ tsp ground coriander
- ¼ tsp ground cardamom
- ½ tsp baking powder
- 3 kutsarang tubig
- 1½ kutsarang all-purpose na harina
- humigit-kumulang 3 tasa / 750 ML ng langis ng mirasol, para sa deep-frying
- ½ tsp sesame seeds, para sa patong
- asin

MGA TAGUBILIN

a) Ilagay ang mga chickpeas sa isang malaking mangkok at takpan ng malamig na tubig ng hindi bababa sa dalawang beses ang dami nito. Itabi para magbabad magdamag.

b) Sa susunod na araw, alisan ng tubig ang mga chickpeas at pagsamahin ang mga ito sa sibuyas, bawang, perehil, at cilantro. Para sa pinakamahusay na mga resulta, gumamit ng isang gilingan ng karne para sa susunod na bahagi. Ilagay ang pinaghalong chickpea nang isang beses sa pamamagitan ng makina, itakda sa pinakamainam na setting nito, pagkatapos ay ipasa ito sa makina sa pangalawang pagkakataon. Kung wala kang gilingan ng karne, gumamit ng food processor. I-blit ang halo sa mga batch, pumipintig bawat isa sa loob ng 30 hanggang

40 segundo, hanggang sa ito ay makinis na tinadtad, ngunit hindi malambot o malagkit, at pinipigilan ang sarili. Kapag naproseso na, idagdag ang mga pampalasa, baking powder, ¾ kutsarita ng asin, harina, at tubig. Haluing mabuti gamit ang kamay hanggang makinis at magkapantay. Takpan ang pinaghalong at iwanan ito sa refrigerator nang hindi bababa sa 1 oras, o hanggang handa nang gamitin.

c) Punan ang isang malalim, mabigat na ilalim na medium saucepan ng sapat na mantika na 2¾ pulgada / 7 cm pataas sa mga gilid ng kawali. Painitin ang mantika sa 350°F / 180°C.

d) Sa basang mga kamay, pindutin ang 1 kutsara ng timpla sa iyong palad upang bumuo ng patty o bola na kasing laki ng isang maliit na walnut, mga 1 oz / 25 g (maaari ka ring gumamit ng basang ice-cream scoop para dito.).

e) Iwiwisik ang mga bola nang pantay-pantay sa mga buto ng linga at i-deep-fry ang mga ito nang paisa-isa sa loob ng 4 na minuto, hanggang sa maging kayumanggi at maluto. Mahalaga na talagang natuyo ang mga ito sa loob, kaya siguraduhing nakakakuha sila ng sapat na oras sa langis. Patuyuin sa isang colander na nilagyan ng mga tuwalya ng papel at ihain nang sabay-sabay.

10. A'ja (mga piniritong tinapay)

Gumagawa ng: MGA 8 FRITTERS

MGA INGREDIENTS
- 4 na hiwa ng puting tinapay, inalis ang mga crust (3 oz / 80 g sa kabuuan)
- 4 na napakalaking free-range na itlog
- 1½ tsp ground cumin
- ½ tsp matamis na paprika
- ¼ tsp cayenne pepper
- 1 oz / 25 g chives, tinadtad
- 1 oz / 25 g flat-leaf parsley, tinadtad
- ⅓ oz / 10 g tarragon, tinadtad
- 1½ oz / 40 g feta cheese, gumuho
- langis ng mirasol, para sa Pagprito
- asin at sariwang giniling na itim na paminta

MGA TAGUBILIN
a) Ibabad ang tinapay sa maraming malamig na tubig sa loob ng 1 minuto, pagkatapos ay pisilin ng mabuti.

b) Durog-durog ang binabad na tinapay sa isang katamtamang mangkok, pagkatapos ay idagdag ang mga itlog, pampalasa, ½ kutsarita ng asin, at ¼ kutsarita ng paminta at haluing mabuti. Paghaluin ang tinadtad na damo at feta.

c) Mag-init ng 1 kutsarang mantika sa katamtamang kawali sa medium-high heat. Kutsara ang tungkol sa 3 kutsara ng pinaghalong sa gitna ng kawali para sa bawat fritter at patagin ito gamit ang ilalim ng kutsara; ang mga fritter ay dapat na ¾ hanggang 1¼ pulgada / 2 hanggang 3 cm ang kapal. Iprito ang mga fritter sa loob ng 2 hanggang 3 minuto sa bawat panig, hanggang sa ginintuang kayumanggi. Ulitin sa natitirang batter. Dapat kang makakuha ng mga 8 fritters.

d) Bilang kahalili, maaari mong iprito ang lahat ng batter nang sabay-sabay, tulad ng gagawin mo sa isang malaking omelet. Hiwain at ihain nang mainit o sa temperatura ng kuwarto.

11. Mga Swiss chard fritter

Gumagawa ng: 4 BILANG STARTER
MGA INGREDIENTS
- 14 oz / 400 g Swiss chard dahon, puting tangkay inalis
- 1 oz / 30 g flat-leaf parsley
- ⅔ oz / 20 g cilantro
- ⅔ oz / 20 g dill
- 1½ tsp gadgad na nutmeg
- ½ tsp asukal
- 3 kutsarang all-purpose na harina
- 2 cloves bawang, durog
- 2 malaking free-range na itlog
- 3 oz / 80 g feta cheese, hinati sa maliliit na piraso
- 4 tbsp / 60 ML ng langis ng oliba
- 1 lemon, gupitin sa 4 na wedges
- asin at sariwang giniling na itim na paminta

MGA TAGUBILIN

a) Pakuluan ang isang malaking kawali ng inasnan na tubig, idagdag ang chard, at pakuluan ng 5 minuto. Alisan ng tubig ang mga dahon at pisilin ng mabuti hanggang sa ganap na matuyo. Ilagay sa isang food processor kasama ang mga herbs, nutmeg, asukal, harina, bawang, itlog, masaganang ¼ kutsarita ng asin, at ilang itim na paminta. Blitz hanggang makinis at pagkatapos ay tiklupin ang feta sa pamamagitan ng halo gamit ang kamay.

b) Ibuhos ang 1 kutsara ng mantika sa isang medium na kawali. Ilagay sa medium-high heat at kutsara sa isang nakatambak na kutsara ng timpla para sa bawat fritter. Pindutin nang dahan-dahan upang makakuha ng fritter na 2¾ pulgada / 7 cm ang lapad at ⅜ pulgada / 1 cm ang kapal. Dapat kang magkasya nang humigit-kumulang 3 fritters sa isang pagkakataon. Lutuin ang mga fritter sa kabuuan ng 3 hanggang 4 na minuto, paikutin nang isang beses, hanggang sa magkaroon sila ng ilang kulay.

c) Ilipat sa mga tuwalya ng papel, pagkatapos ay panatilihing mainit ang bawat batch habang niluluto mo ang natitirang timpla, idinaragdag ang natitirang mantika kung kinakailangan. Ihain nang sabay-sabay kasama ang lemon wedges.

12. Musabaha (mainit na chickpeas na may hummus) at toasted pita

Gumagawa: 6

MGA INGREDIENTS
- 1¼ tasa / 250 g pinatuyong chickpeas
- 1 tsp baking soda
- 1 kutsarang giniling na kumin
- 4½ tbsp / 70 g light tahini paste
- 3 kutsarang sariwang kinatas na lemon juice
- 1 sibuyas na bawang, durog
- 2 kutsarang malamig na tubig
- 4 na maliit na pitas (4 oz / 120 g sa kabuuan)
- 2 kutsarang langis ng oliba
- 2 tbsp tinadtad na flat-leaf parsley
- 1 tsp matamis na paprika
- asin at sariwang giniling na itim na paminta

TAHINI SAUCE
- 5 tbsp / 75 g light tahini paste
- ¼ tasa / 60 ML ng tubig
- 1 kutsarang sariwang kinatas na lemon juice
- ½ sibuyas na bawang, durog

LEMON SAUCE
- ⅓ oz / 10 g flat-leaf parsley, pinong tinadtad
- 1 berdeng sili, pinong tinadtad
- 4 na kutsarang sariwang kinatas na lemon juice
- 2 kutsarang puting alak na suka
- 2 cloves bawang, durog
- ¼ tsp asin

MGA TAGUBILIN

a) Sundin ang Basic hummus recipe para sa paraan ng pagbabad at pagluluto ng mga chickpeas, ngunit lutuin ang mga ito nang kaunti; dapat mayroon silang kaunting resistensya na natitira sa kanila ngunit ganap pa ring luto. Alisan ng tubig ang mga nilutong chickpeas, nagreserba ng ⅓ tasa / 450 g) kasama ang nakareserbang tubig para sa pagluluto, kumin, ½ kutsarita ng asin, at ¼ kutsarita ng paminta. Panatilihing mainit ang pinaghalong.

b) Ilagay ang natitirang mga chickpeas (1 tasa / 150 g) sa isang maliit na processor ng pagkain at iproseso hanggang sa makakuha ka ng matigas na paste. Pagkatapos, habang tumatakbo pa ang makina, idagdag ang tahini paste, lemon juice, bawang, at ½ kutsaritang asin. Panghuli, dahan-dahang ibuhos ang may yelong tubig at haluin ng mga 3 minuto, hanggang sa makakuha ka ng napakakinis at creamy na paste. Iwanan ang hummus sa isang tabi.

c) Habang nagluluto ang mga chickpeas, maaari mong ihanda ang iba pang mga elemento ng ulam. Para sa tahini sauce, ilagay ang lahat ng sangkap at isang pakurot ng asin sa isang maliit na mangkok. Haluing mabuti at magdagdag ng kaunti pang tubig kung kinakailangan upang makakuha ng pare-pareho na bahagyang mas runnier kaysa sa pulot.

d) Susunod, paghaluin ang lahat ng mga sangkap para sa sarsa ng lemon, at itabi.

e) Sa wakas, buksan ang pitas, pinunit ang dalawang panig. Ilagay sa ilalim ng mainit na broiler sa loob ng 2 minuto, hanggang sa maging ginintuang at ganap na matuyo. Hayaang lumamig bago mahati sa kakaibang hugis.

f) Hatiin ang hummus sa apat na indibidwal na mababaw na mangkok; huwag i-level ito o pindutin ito, gusto mo ang taas. Kutsara sa mainit na chickpeas, na sinusundan ng tahini sauce, lemon sauce, at isang ambon ng olive oil. Palamutihan ng perehil at isang sprinkle ng paprika at ihain, na sinamahan ng toasted pita na piraso.

13. Lamb-Stuffed Quince na may Pomegranate at Cilantro

Gumagawa: 4

MGA INGREDIENTS
- 14 oz / 400 g giniling na tupa
- 1 sibuyas na bawang, durog
- 1 pulang sili, tinadtad
- ⅔ oz / 20 g cilantro, tinadtad, kasama ang 2 tbsp, upang palamuti
- ½ tasa / 50 g mumo ng tinapay
- 1 tsp ground allspice
- 2 kutsarang pinong gadgad na sariwang luya
- 2 katamtamang sibuyas, pinong tinadtad (1⅓ tasa / 220 g sa kabuuan)
- 1 malaking free-range na itlog
- 4 quince (2¾ lb / 1.3 kg sa kabuuan)
- juice ng ½ lemon, kasama ang 1 kutsarang sariwang kinatas na lemon juice
- 3 kutsarang langis ng oliba
- 8 cardamom pods
- 2 tsp molasses ng granada
- 2 tsp asukal
- 2 tasa / 500 ML stock ng manok
- buto ng ½ granada
- asin at sariwang giniling na itim na paminta

MGA TAGUBILIN

a) Ilagay ang tupa sa isang mangkok ng paghahalo kasama ang bawang, sili, cilantro, mumo ng tinapay, allspice, kalahati ng luya, kalahati ng sibuyas, itlog, ¾ kutsarita ng asin, at ilang paminta. Haluing mabuti gamit ang iyong mga kamay at itabi.

b) Balatan ang halaman ng kwins at hatiin ang mga ito nang pahaba. Ilagay ang mga ito sa isang mangkok ng malamig na tubig na may katas ng ½ lemon upang hindi sila maging kayumanggi. Gumamit ng melon baller o maliit na kutsara upang alisin ang mga buto at pagkatapos ay lagyan ng laman ang mga kalahati ng quince upang ikaw ay may ⅔-pulgada / 1.5cm na shell. Panatilihin ang scooped-out na laman. Punan ang mga hollow ng lamb mix, gamit ang iyong mga kamay upang itulak ito pababa.

c) Init ang langis ng oliba sa isang malaking kawali kung saan mayroon kang takip. Ilagay ang nakareserbang laman ng halaman ng kwins sa isang food processor, blitz upang tumaga ng mabuti, at pagkatapos ay ilipat ang timpla sa kawali kasama ang natitirang sibuyas, luya, at mga cardamom pod. Igisa ng 10 hanggang 12 minuto, hanggang lumambot ang sibuyas. Idagdag ang pulot, ang 1 kutsarang lemon juice, asukal, stock, ½ kutsarita ng asin, at ilang itim na paminta at haluing mabuti. Idagdag ang halves ng halaman ng kwins sa sarsa, na ang palaman ng karne ay nakaharap sa itaas, ibaba ang apoy sa banayad na kumulo, takpan ang kawali, at lutuin ng mga 30 minuto. Sa dulo ang halaman ng kwins ay dapat na ganap na malambot, ang karne ay mahusay na niluto, at ang sarsa ay makapal. Itaas ang takip at kumulo ng isa o dalawa para mabawasan ang sarsa kung kinakailangan.

d) Ihain nang mainit-init o sa temperatura ng silid, binudburan ng cilantro at mga buto ng granada.

14. Latkes

Gumagawa ng: 12 LATKES

MGA INGREDIENTS
- 5½ tasa / 600 g binalatan at gadgad ng medyo waxy na patatas tulad ng Yukon Gold
- 2¾ tasa / 300 g binalatan at gadgad na parsnip
- ⅔ tasa / 30 g chives, pinong tinadtad
- 4 na puti ng itlog
- 2 kutsarang gawgaw
- 5 tbsp / 80 g unsalted butter
- 6½ kutsara / 100 ML ng langis ng mirasol
- asin at sariwang giniling na itim na paminta
- kulay-gatas, upang ihain

MGA TAGUBILIN

a) Banlawan ang patatas sa isang malaking mangkok ng malamig na tubig. Alisan ng tubig sa isang colander, pisilin ang anumang labis na tubig, at pagkatapos ay ikalat ang patatas sa isang malinis na tuwalya sa kusina upang ganap na matuyo.

b) Sa isang malaking mangkok, paghaluin ang patatas, parsnip, chives, puti ng itlog, cornstarch, 1 kutsarita ng asin, at maraming itim na paminta.

c)

d) Init ang kalahati ng mantikilya at kalahati ng mantika sa isang malaking kawali sa medium-high heat. Gamitin ang iyong mga kamay upang pumili ng mga bahagi ng humigit-kumulang 2 kutsara ng latke mix, pisilin nang mahigpit upang maalis ang ilan sa likido, at hubugin ang mga manipis na patties na humigit-kumulang 3/8 pulgada / 1 cm ang kapal at 3¼ pulgada / 8 cm ang lapad. Maingat na maglagay ng maraming latkes hangga't maaari mong kumportableng magkasya sa kawali, itulak ang mga ito nang marahan, at ipantay ang mga ito sa likod ng isang kutsara. Magprito sa medium-high heat sa loob ng 3 minuto sa bawat panig. Ang mga latkes ay kailangang ganap na kayumanggi sa labas. Alisin ang pritong latkes mula sa mantika, ilagay sa mga tuwalya ng papel, at panatilihing mainit-init habang niluluto mo ang natitira. Idagdag ang natitirang mantikilya at mantika kung kinakailangan. Ihain nang sabay-sabay na may kulay-gatas sa gilid.

15. Singkamas at veal na "cake"

Gumagawa: 4

MGA INGREDIENTS
- 1⅔ tasa / 300 g basmati rice
- 14 oz / 400 g ground veal, tupa, o karne ng baka
- ½ tasa / 30 g tinadtad na flat-leaf parsley
- 1½ tsp baharat spice mix (binili sa tindahan o tingnan ang recipe)
- ½ tsp giniling na kanela
- ½ tsp chile flakes
- 2 kutsarang langis ng oliba
- 10 hanggang 15 katamtamang singkamas (3¼ lb / 1.5 kg sa kabuuan)
- mga 1⅔ tasa / 400 ML ng langis ng mirasol
- 2 tasa / 300 g tinadtad na mga kamatis, de-latang ay mainam
- 1½ kutsarang tamarind paste
- ¾ tasa plus 2 tbsp / 200 ml stock ng manok, mainit
- 1 tasa / 250 ML ng tubig
- 1½ kutsarang superfine na asukal
- 2 thyme sprigs, dahon na kinuha
- asin at sariwang giniling na itim na paminta

MGA TAGUBILIN
a) Hugasan ang bigas at alisan ng tubig. Ilagay sa isang malaking mangkok ng paghahalo at idagdag ang karne, perehil, baharat, kanela, 2 kutsarita ng asin, ½ kutsarita ng paminta, chile, at langis ng oliba. Haluing mabuti at itabi.

b) Balatan ang mga singkamas at gupitin ang mga ito nang ⅜ pulgada / 1 cm ang kapal. Mag-init ng sapat na mantika ng sunflower sa katamtamang init hanggang ¾ pulgada / 2 cm pataas sa mga gilid ng isang malaking kawali. Iprito ang mga hiwa ng singkamas sa mga batch para sa 3 hanggang 4 na minuto bawat batch, hanggang sa ginintuang. Ilipat sa isang plato na nilagyan ng mga tuwalya ng papel, budburan ng kaunting asin, at hayaang lumamig.

c) Ilagay ang mga kamatis, tamarind, stock, tubig, asukal, 1 kutsarita ng asin, at ½ kutsarita ng paminta sa isang malaking mangkok ng paghahalo. Haluing mabuti. Ibuhos ang humigit-kumulang isang-katlo ng likidong ito sa isang medium, heavy-bottomed na kasirola (9½ pulgada / 24 cm ang lapad). Ayusin ang isang-katlo ng mga hiwa ng singkamas sa loob. Idagdag ang kalahati ng pinaghalong bigas at antas. Ayusin ang isa pang layer ng singkamas, na sinusundan ng ikalawang kalahati ng bigas. Tapusin sa huling mga singkamas, pindutin nang mahina gamit ang iyong mga kamay. Ibuhos ang natitirang likido ng kamatis sa mga layer ng singkamas at bigas at iwiwisik ang thyme. Dahan-dahang i-slide ang isang spatula sa mga gilid ng palayok upang payagan ang mga katas na dumaloy sa ilalim.

d) Ilagay sa medium heat at pakuluan. Ibaba ang init sa ganap na minimum, takpan, at kumulo sa loob ng 1 oras. Tanggalin ang apoy, alisan ng takip, at hayaang magpahinga ng 10 hanggang 15 minuto bago ihain. Sa kasamaang palad, imposibleng baligtarin ang cake sa isang plato dahil hindi nito hawak ang hugis nito, kaya dapat itong sandok.

16. Mga pinalamanan na sibuyas

Gumagawa ng: MGA 16 STUFFED ONIONS

MGA INGREDIENTS

- 4 na malalaking sibuyas (2 lb / 900 g sa kabuuan, binalatan na timbang) mga 1⅔ tasa / 400 ml na stock ng gulay
- 1½ kutsarita ng molasses ng granada
- asin at sariwang giniling na itim na paminta
- PALAMAN
- 1½ kutsarang langis ng oliba
- 1 tasa / 150 g pinong tinadtad na shallots
- ½ tasa / 100 g ng maikling butil na bigas
- ¼ tasa / 35 g pine nuts, durog
- 2 tbsp tinadtad na sariwang mint
- 2 tbsp tinadtad na flat-leaf parsley
- 2 tsp pinatuyong mint
- 1 tsp ground cumin
- ⅛ tsp ground clove
- ¼ tsp ground allspice
- ¾ tsp asin
- ½ tsp sariwang giniling na itim na paminta
- 4 lemon wedges (opsyonal)

MGA TAGUBILIN

a) Balatan at gupitin ng humigit-kumulang ¼ pulgada / 0.5 cm mula sa tuktok at buntot ng mga sibuyas, ilagay ang pinutol na mga sibuyas sa isang malaking kasirola na may maraming tubig, pakuluan, at lutuin ng 15 minuto. Patuyuin at itabi upang lumamig.

b) Upang ihanda ang palaman, initin ang langis ng oliba sa isang medium na kawali sa katamtamang mataas na apoy at idagdag ang mga shallots. Igisa sa loob ng 8 minuto, haluin nang madalas, pagkatapos ay idagdag ang lahat ng natitirang sangkap maliban sa lemon wedges. Pababa ang apoy at ipagpatuloy ang pagluluto at haluin ng 10 minuto.

c) Gamit ang isang maliit na kutsilyo, gumawa ng mahabang hiwa mula sa tuktok ng sibuyas hanggang sa ibaba, tumakbo hanggang sa gitna nito, upang ang bawat layer ng sibuyas ay may isang hiwa lamang na dumadaloy dito. Simulan ang malumanay na paghiwalayin ang mga layer ng sibuyas, isa-isa, hanggang sa maabot mo ang core. Huwag mag-alala kung ang ilan sa mga layer ay mapunit nang kaunti sa pagbabalat; maaari mo pa ring gamitin ang mga ito.

d) Hawakan ang isang layer ng sibuyas sa isang naka-cup na kamay at kutsara ang humigit-kumulang 1 kutsara ng pinaghalong bigas sa kalahati ng sibuyas, ilagay ang pagpuno malapit sa isang dulo ng pagbubukas. Huwag matuksong punan ito nang higit pa, dahil kailangan itong balot ng maganda at masikip. I-fold ang walang laman na bahagi ng sibuyas sa ibabaw ng pinalamanan na gilid at igulong ito nang mahigpit upang ang bigas ay natatakpan ng ilang patong ng sibuyas na walang hangin sa gitna. Ilagay sa isang medium na kawali kung saan mayroon kang takip, tahiin ang gilid pababa, at ipagpatuloy ang natitirang mga sibuyas at pinaghalong kanin. Ilagay ang mga sibuyas nang magkatabi sa kawali, nang sa gayon ay walang puwang na gumagalaw. Punan ang anumang mga puwang ng mga bahagi ng sibuyas na hindi pa napuno. Magdagdag ng sapat na stock upang ang mga sibuyas ay natatakpan ng tatlong-kapat, kasama ang molasses ng granada, at timplahan ng ¼ kutsarita ng asin.

e) Takpan ang kawali at lutuin sa pinakamababang posibleng kumulo sa loob ng 1½ hanggang 2 oras, hanggang sa sumingaw ang likido. Ihain nang mainit-init o sa temperatura ng kuwarto, na may lemon wedges kung gusto mo.

17. Buksan ang Kibbeh

Gumagawa: 6

MGA INGREDIENTS
- 1 tasa / 125 g pinong bulgur na trigo
- 1 tasa / 200 ML ng tubig
- 6 tbsp / 90 ML ng langis ng oliba
- 2 cloves bawang, durog
- 2 medium na sibuyas, pinong tinadtad
- 1 berdeng sili, pinong tinadtad
- 12 oz / 350 g giniling na tupa
- 1 tsp ground allspice
- 1 tsp ground cinnamon
- 1 tsp ground coriander
- 2 kutsarang coarsely chopped cilantro
- ½ tasa / 60 g ng mga pine nuts
- 3 kutsarang coarsely chopped flat-leaf parsley
- 2 kutsarang self-rising na harina, dagdag pa kung kinakailangan
- 3½ tbsp / 50 g light tahini paste
- 2 tsp sariwang kinatas na lemon juice
- 1 tsp sumac
- asin at sariwang giniling na itim na paminta

MGA TAGUBILIN
a) Painitin muna ang oven sa 400°F / 200°C. Lalagyan ng waxed paper ang isang 8-inch / 20cm springform pan.

b) Ilagay ang bulgur sa isang malaking mangkok at takpan ito ng tubig. Mag-iwan ng 30 minuto.

c) Samantala, painitin ang 4 na kutsara ng langis ng oliba sa isang malaking kawali sa katamtamang init. Igisa ang bawang, sibuyas, at sili hanggang sa sila ay ganap na lumambot. Alisin ang lahat mula sa kawali, ibalik ito sa mataas na init, at idagdag ang tupa. Magluto ng 5 minuto, patuloy na pagpapakilos, hanggang kayumanggi.

d) Ibalik ang pinaghalong sibuyas sa kawali at idagdag ang mga pampalasa, cilantro, ½ kutsarita ng asin, isang masaganang giling ng itim na paminta, at karamihan sa mga pine nuts at perehil, na nag-iiwan ng ilan. Magluto ng ilang minuto, alisin mula sa apoy, tikman, at ayusin ang pampalasa.

e) Suriin ang bulgur upang makita kung ang lahat ng tubig ay nasipsip. Patuyuin upang alisin ang anumang natitirang likido. Idagdag ang harina, 1 kutsara ng langis ng oliba, ¼ kutsarita ng asin, at isang kurot ng itim na paminta at gamitin ang iyong mga kamay upang gawin ang lahat sa isang malambot na timpla na magkakadikit; magdagdag ng kaunti pang harina kung ang timpla ay masyadong malagkit. Itulak nang mahigpit ang ilalim ng springform pan upang ito ay siksik at patag. Ikalat ang pinaghalong tupa nang pantay-pantay sa itaas at pindutin ito ng kaunti. Maghurno ng halos 20 minuto, hanggang sa ang karne ay medyo madilim na kayumanggi at napakainit.

f) Habang naghihintay, haluin ang tahini paste na may lemon juice, 3½ tbsp / 50 ml na tubig, at isang kurot ng asin. Ikaw ay habol ng isang napakakapal, ngunit mabubuhos na sarsa. Kung kinakailangan, magdagdag ng kaunting tubig.

g) Alisin ang kibbeh cake mula sa oven, ikalat ang tahini sauce nang pantay-pantay sa ibabaw, iwisik ang nakareserbang pine nuts at tinadtad na perehil, at ibalik kaagad sa oven. Maghurno sa loob ng 10 hanggang 12 minuto, hanggang sa ang tahini ay lumulutang lamang at magkaroon ng kaunting kulay, at ang mga pine nuts ay ginintuang.

h) Alisin mula sa oven at hayaang lumamig hanggang mainit o sa temperatura ng kuwarto. Bago ihain, iwisik ang tuktok ng sumac at ibuhos ang natitirang langis. Maingat na alisin ang mga gilid ng kawali at gupitin ang kibbeh sa mga hiwa. Dahan-dahang itaas ang mga ito para hindi masira.

18. Tinadtad na atay

Gumawa ng: 4 HANGGANG 6

MGA INGREDIENTS
- 6½ kutsara / 100 ml natunaw na taba ng gansa o pato
- 2 malalaking sibuyas, hiniwa (mga 3 tasa / 400 g sa kabuuan)
- 14 oz / 400 g atay ng manok, nilinis at pinaghiwa-hiwalay sa humigit-kumulang 1¼-pulgada / 3cm na mga tipak
- 5 extra-large free-range na itlog, pinakuluang
- 4 na kutsarang panghimagas na alak
- 1 tsp asin
- ½ tsp sariwang giniling na itim na paminta
- 2 hanggang 3 berdeng sibuyas, hiniwa nang manipis
- 1 kutsarang tinadtad na chives

MGA TAGUBILIN
a) Ilagay ang dalawang-katlo ng taba ng gansa sa isang malaking kawali at iprito ang mga sibuyas sa katamtamang init sa loob ng 10 hanggang 15 minuto, paminsan-minsang hinahalo, hanggang sa madilim na kayumanggi. Alisin ang mga sibuyas mula sa kawali, itulak ang mga ito nang kaunti habang ginagawa mo ito, upang ikaw ay naiwan na may kaunting taba sa kawali. Magdagdag ng kaunting taba kung kinakailangan. Idagdag ang mga atay at lutuin ang mga ito nang hanggang 10 minuto, hinahalo paminsan-minsan, hanggang sa maayos itong maluto sa gitna—walang dugong dapat lumabas sa yugtong ito.

b) Paghaluin ang mga atay sa sibuyas bago paghiwa-hiwalayin ang mga ito. Ang pinakamahusay na paraan upang gawin ito ay gamit ang isang gilingan ng karne, pinoproseso ang pinaghalong dalawang beses upang makuha ang tamang texture. Kung wala kang gilingan ng karne, ayos din ang food processor. I-blitz ang mga sibuyas at atay sa dalawa o tatlong batch para hindi masyadong puno ang mangkok ng makina. Pulse para sa 20 hanggang 30 segundo, pagkatapos ay suriin, siguraduhin na ang atay at mga sibuyas ay naging isang pare-parehong makinis, ngunit pa rin "bumpy" paste. Ilipat ang lahat sa isang malaking mangkok ng paghahalo.

c) Balatan ang mga itlog, pagkatapos ay lagyan ng rehas ang dalawa sa kanila nang halos at isa pang dalawang makinis at idagdag ang mga ito sa pinaghalong atay. Idagdag ang natitirang taba, ang dessert na alak, at ang asin at paminta at dahan-dahang itupi ang lahat. Ilipat ang halo sa isang nonmetallic flat dish at takpan ang ibabaw ng mahigpit na may plastic wrap. Iwanan ito upang lumamig, pagkatapos ay ilagay sa refrigerator ng hindi bababa sa 2 oras upang matigas nang kaunti.

d) Upang ihain, putulin ang natitirang itlog. Ilagay ang tinadtad na atay sa mga indibidwal na serving plate, palamutihan ng tinadtad na itlog, at budburan ng berdeng sibuyas at chives.

19. Kubbeh hamusta

Gumagawa: 6

MGA INGREDIENTS
KUBBEH STUFFING
- 1½ kutsarang langis ng mirasol
- ½ katamtamang sibuyas, napakapinong tinadtad (½ tasa / 75 g sa kabuuan)
- 12 oz / 350 g giniling na karne ng baka
- ½ tsp ground allspice
- 1 malaking sibuyas na bawang, durog
- 2 maputlang tangkay ng kintsay, napakapinong tinadtad, o katumbas ng dami ng tinadtad na dahon ng kintsay (½ tasa / 60 g sa kabuuan)
- asin at sariwang giniling na itim na paminta
- MGA KASO NG KUBBEH
- 2 tasa / 325 g semolina
- 5 tbsp / 40 g all-purpose na harina
- 1 tasa / 220 ML mainit na tubig
- SABAW
- 4 cloves na bawang, durog
- 5 tangkay ng kintsay, pinulot ng mga dahon at pinutol ang mga tangkay sa isang anggulo sa ⅔-pulgada / 1.5cm na hiwa (2 tasa / 230 g sa kabuuan)
- 10½ oz / 300 g Swiss chard dahon, berdeng bahagi lamang, gupitin sa ⅔-pulgada / 2cm na piraso
- 2 kutsarang langis ng mirasol
- 1 malaking sibuyas, tinadtad nang magaspang (1¼ tasa / 200 g sa kabuuan)
- 2 quarts / 2 liters stock ng manok
- 1 malaking zucchini, gupitin sa ⅜-pulgada / 1cm cube (1⅔ tasa / 200 g sa kabuuan)
- 6½ kutsarita / 100 ML sariwang kinatas na lemon juice, dagdag pa kung kinakailangan
- lemon wedges, upang ihain

MGA TAGUBILIN

a) Una, ihanda ang pagpupuno ng karne. Init ang mantika sa isang medium na kawali, at idagdag ang sibuyas. Magluto sa katamtamang init hanggang sa translucent, mga 5 minuto. Idagdag ang karne ng baka, allspice, ¾ kutsarita ng asin, at isang magandang giling ng itim na paminta at haluin habang nagluluto ka ng 3 minuto, para lang kayumanggi. Bawasan ang apoy sa medium-low at hayaang mabagal na maluto ang karne sa loob ng mga 20 minuto, hanggang sa ganap na matuyo, hinahalo paminsan-minsan. Sa dulo, idagdag ang bawang at kintsay, magluto ng isa pang 3 minuto, at alisin mula sa apoy. Tikman at ayusin ang pampalasa. Hayaang lumamig.

b) Habang niluluto ang beef mix, ihanda ang kubbeh cases. Paghaluin ang semolina, harina, at ¼ kutsarita ng asin sa isang malaking mangkok ng paghahalo. Dahan-dahang idagdag ang tubig, haluin gamit ang isang kahoy na kutsara at pagkatapos ay ang iyong mga kamay hanggang sa makakuha ka ng isang malagkit na masa. Takpan ng mamasa-masa na tela at itabi para magpahinga ng 15 minuto.

c) Masahin ang kuwarta sa loob ng ilang minuto sa ibabaw ng trabaho. Dapat itong malambot at kumakalat nang hindi nabibitak. Magdagdag ng kaunting tubig o harina kung kinakailangan. Upang gawin ang dumplings, kumuha ng isang mangkok ng tubig at basain ang iyong mga kamay (siguraduhing basa ang iyong mga kamay sa buong proseso upang maiwasan ang pagdikit). Kumuha ng isang piraso ng kuwarta na tumitimbang ng mga 1 oz / 30 g at patagin ito sa iyong palad; pinupuntirya mo ang mga disk na 4 pulgada / 10 cm ang lapad. Maglagay ng mga 2 kutsarita ng palaman sa gitna. I-fold ang mga gilid sa ibabaw ng palaman upang takpan at pagkatapos ay i-seal ito sa loob. Pagulungin ang kubbeh sa pagitan ng iyong mga kamay upang bumuo ng bola at pagkatapos ay pindutin ito pababa sa isang bilog, patag na hugis na humigit-kumulang 1¼ pulgada / 3 cm ang kapal. Ilagay ang dumplings sa isang tray na natatakpan ng plastic wrap at binuhusan ng kaunting tubig at umalis sa isang tabi.

d) Para sa sopas, ilagay ang bawang, kalahati ng kintsay, at kalahati ng chardin sa isang food processor at blitz sa isang magaspang na paste. Init ang mantika sa isang malaking kasirola sa katamtamang init at igisa ang sibuyas sa loob ng mga 10 minuto, hanggang sa maputlang ginintuang. Idagdag ang celery at chard paste at lutuin ng 3 minuto pa. Idagdag ang stock, zucchini, ang natitirang kintsay at chard, ang lemon juice, 1 kutsarita ng asin, at ½ kutsarita ng itim na paminta. Pakuluan at lutuin ng 10 minuto, pagkatapos ay tikman at ayusin ang pampalasa. Kailangan itong matalas, kaya magdagdag ng isa pang kutsara ng lemon juice kung kailangan mo.

e) Sa wakas, maingat na idagdag ang kubbeh sa sopas—ilang sa isang pagkakataon, para hindi sila dumikit sa isa't isa—at kumulo ng malumanay sa loob ng 20 minuto. Mag-iwan ng isang magandang kalahating oras para sa mga ito upang tumira at lumambot, pagkatapos ay initin muli at ihain. Samahan ng isang wedge ng lemon para sa dagdag na lemony kick.

20. Pinalamanan na Romano Peppers

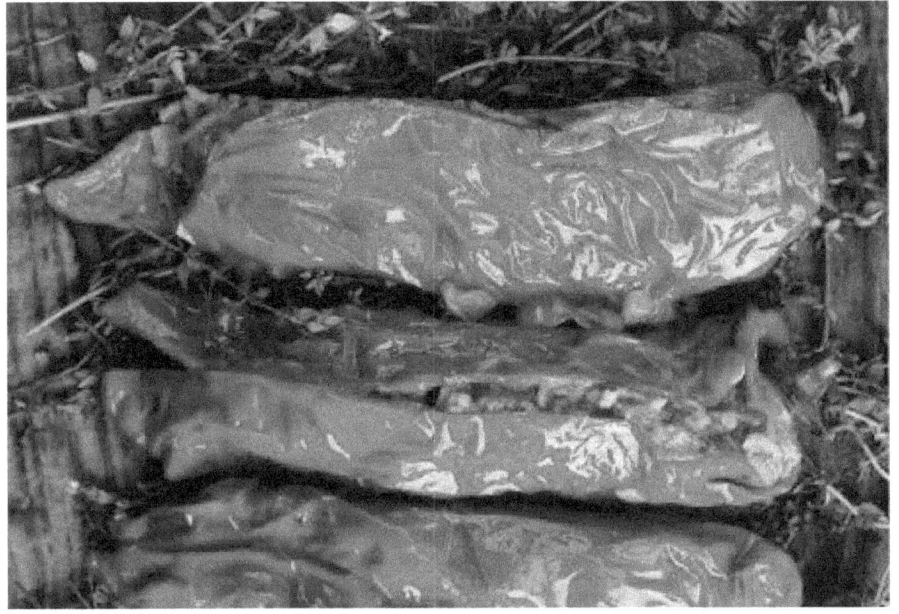

Gumagawa ng: 4 NA MADALANG

MGA INGREDIENTS
- 8 medium Romano o iba pang matamis na paminta
- 1 malaking kamatis, tinadtad nang magaspang (1 tasa / 170 g sa kabuuan)
- 2 katamtamang sibuyas, tinadtad nang magaspang (1⅔ tasa / 250 g sa kabuuan)
- tungkol sa 2 tasa / 500 ML stock ng gulay
- PALAMAN
- ¾ tasa / 140 g basmati rice
- 1½ kutsarang baharat spice mix (binili sa tindahan o tingnan ang recipe)
- ½ tsp ground cardamom
- 2 kutsarang langis ng oliba
- 1 malaking sibuyas, pinong tinadtad (1⅓ tasa / 200 g sa kabuuan)
- 14 oz / 400 g giniling na tupa
- 2½ kutsarang tinadtad na flat-leaf parsley
- 2 tbsp tinadtad na dill
- 1½ kutsarang pinatuyong mint
- 1½ tsp asukal
- asin at sariwang giniling na itim na paminta

MGA TAGUBILIN

a) Magsimula sa pagpupuno. Ilagay ang bigas sa isang kasirola at takpan ng bahagyang inasnan na tubig. Pakuluan at pagkatapos ay lutuin ng 4 na minuto. Alisan ng tubig, i-refresh sa ilalim ng malamig na tubig, at itabi.

b) Dry-fry ang mga pampalasa sa isang kawali. Idagdag ang langis ng oliba at sibuyas at magprito ng mga 7 minuto, haluin nang madalas, hanggang sa lumambot ang sibuyas. Ibuhos ito, kasama ang kanin, karne, damo, asukal, at 1 kutsarita ng asin sa isang malaking mangkok ng paghahalo. Gamitin ang iyong mga kamay upang ihalo nang mabuti ang lahat.

c) Simula sa dulo ng tangkay, gumamit ng isang maliit na kutsilyo upang gupitin ang pahaba tatlong-kapat ng daan pababa sa bawat paminta, nang hindi inaalis ang tangkay, na lumilikha ng isang mahabang butas. Nang hindi pinipilit na buksan ang paminta ng masyadong maraming, alisin ang mga buto at pagkatapos ay ilagay ang bawat paminta ng pantay na dami ng pinaghalong.

d) Ilagay ang tinadtad na kamatis at sibuyas sa isang napakalaking kawali kung saan mayroon kang mahigpit na takip. Ayusin ang mga sili sa itaas, magkadikit, at ibuhos ang sapat na stock upang ito ay dumating sa pulgada / 1 cm pataas sa mga gilid ng mga sili. Timplahan ng ½ kutsarita ng asin at ilang itim na paminta. Takpan ang kawali na may takip at kumulo sa pinakamababang apoy sa loob ng isang oras. Mahalaga na ang pagpuno ay steamed lamang, kaya ang talukap ng mata ay dapat magkasya nang mahigpit; siguraduhing laging may kaunting likido sa ilalim ng kawali. Ihain ang mga sili nang mainit, hindi mainit, o sa temperatura ng silid.

21. Stuffed Eggplant na may Tupa at Pine Nuts

Gumagawa ng: 4 NA MADALANG

MGA INGREDIENTS
- 4 na katamtamang talong (mga 2½ lb / 1.2 kg), hinati nang pahaba
- 6 tbsp / 90 ML ng langis ng oliba
- 1½ tsp ground cumin
- 1½ kutsarang matamis na paprika
- 1 kutsarang giniling na kanela
- 2 medium na sibuyas (12 oz / 340 g sa kabuuan), pinong tinadtad
- 1 lb / 500 g giniling na tupa
- 7 kutsara / 50 g ng mga pine nuts
- ⅔ oz / 20 g flat-leaf parsley, tinadtad
- 2 tsp tomato paste
- 3 tsp superfine sugar
- ⅔ tasa / 150 ML ng tubig
- 1½ kutsarang sariwang kinatas na lemon juice
- 1 tsp tamarind paste
- 4 na cinnamon sticks
- asin at sariwang giniling na itim na paminta

MGA TAGUBILIN
a) Painitin muna ang oven sa 425°F / 220°C.
b) Ilagay ang mga bahagi ng talong, balat pababa, sa isang litson na may sapat na laki upang ma-accommodate ang mga ito nang mahigpit. I-brush ang laman ng 4 na kutsara ng olive oil at timplahan ng 1 kutsarita ng asin at maraming black pepper. Inihaw para sa mga 20 minuto, hanggang sa ginintuang kayumanggi. Alisin mula sa oven at hayaang lumamig nang bahagya.
c) Habang nagluluto ang mga talong, maaari mong simulan ang paggawa ng palaman sa pamamagitan ng pag-init ng natitirang 2 kutsarang langis ng oliba sa isang malaking kawali. Paghaluin ang

cumin, paprika, at giniling na kanela at idagdag ang kalahati ng halo ng pampalasa na ito sa kawali, kasama ang mga sibuyas. Magluto sa katamtamang init ng halos 8 minuto, madalas na pagpapakilos, bago idagdag ang tupa, pine nuts, perehil, tomato paste, 1 kutsarita ng asukal, 1 kutsarita ng asin, at ilang itim na paminta. Ipagpatuloy ang pagluluto at haluin ng isa pang 8 minuto, hanggang sa maluto ang karne.

d) Ilagay ang natitirang spice mix sa isang mangkok at idagdag ang tubig, lemon juice, tamarind, ang natitirang 2 kutsarita ng asukal, ang cinnamon sticks, at ½ kutsarita ng asin; haluing mabuti.

e) Bawasan ang temperatura ng oven sa 375°F / 195°C. Ibuhos ang halo ng pampalasa sa ilalim ng kawali ng talong. Sandok ang pinaghalong tupa sa ibabaw ng bawat talong. Takpan nang mahigpit ang kawali gamit ang aluminum foil, ibalik sa oven, at inihaw ng 1½ oras, kung saan ang mga talong ay dapat na ganap na malambot at ang sarsa ay makapal; dalawang beses sa panahon ng pagluluto, alisin ang foil at bastusan ang mga talong ng sarsa, magdagdag ng kaunting tubig kung ang sarsa ay natuyo. Ihain nang mainit, hindi mainit, o sa temperatura ng kuwarto.

22. Mga pinalamanan na patatas

Gumawa ng: 4 HANGGANG 6

MGA INGREDIENTS
- 1 lb / 500 g giniling na karne ng baka
- mga 2 tasa / 200 g puting mumo ng tinapay
- 1 katamtamang sibuyas, pinong tinadtad (¾ tasa / 120 g sa kabuuan)
- 2 cloves bawang, durog
- ⅔ oz / 20 g flat-leaf parsley, pinong tinadtad
- 2 tbsp dahon ng thyme, tinadtad
- 1½ tsp ground cinnamon
- 2 malaking free-range na itlog, pinalo
- 3¼ lb / 1.5 kg medium na Yukon Gold na patatas, mga 3¾ by 2¼ inches / 9 by 6 cm, binalatan at hinati nang pahaba
- 2 kutsarang tinadtad na cilantro
- asin at sariwang giniling na itim na paminta

TOMATO SAUCE
- 2 kutsarang langis ng oliba
- 5 cloves na bawang, durog
- 1 katamtamang sibuyas, pinong tinadtad (¾ tasa / 120 g sa kabuuan)
- 1½ tangkay ng kintsay, pinong tinadtad (⅔ tasa / 80 g sa kabuuan)
- 1 maliit na karot, binalatan at pinong tinadtad (½ tasa / 70 g sa kabuuan)
- 1 pulang sili, pinong tinadtad
- 1½ tsp ground cumin
- 1 tsp ground allspice
- kurot ng pinausukang paprika
- 1½ tsp matamis na paprika
- 1 tsp caraway seeds, dinurog gamit ang mortar at pestle o gilingan ng pampalasa
- isang 28-oz / 800g lata ng tinadtad na kamatis
- 1 kutsarang tamarind paste

- 1½ tsp superfine sugar

MGA TAGUBILIN

a) Magsimula sa tomato sauce. Init ang langis ng oliba sa pinakamalawak na kawali na mayroon ka; kakailanganin mo rin ng takip para dito. Idagdag ang bawang, sibuyas, kintsay, karot, at sili at igisa sa mahinang apoy sa loob ng 10 minuto, hanggang malambot ang mga gulay. Idagdag ang mga pampalasa, haluing mabuti, at lutuin ng 2 hanggang 3 minuto. Ibuhos ang tinadtad na kamatis, sampalok, asukal, ½ kutsarita ng asin, at ilang itim na paminta at pakuluan. Alisin mula sa init.

b) Upang gawin ang pinalamanan na patatas, ilagay ang karne ng baka, mumo ng tinapay, sibuyas, bawang, perehil, thyme, kanela, 1 kutsarita ng asin, ilang itim na paminta, at ang mga itlog sa isang mangkok ng paghahalo. Gamitin ang iyong mga kamay upang pagsamahin nang mabuti ang lahat ng mga sangkap.

c) Hugasan ang bawat kalahati ng patatas gamit ang isang melon baller o isang kutsarita, na lumilikha ng shell na ⅔ pulgada / 1.5 cm ang kapal. Ilagay ang pinaghalong karne sa bawat lukab, gamit ang iyong mga kamay upang itulak ito pababa upang mapuno nito nang buo ang patatas. Maingat na idiin ang lahat ng patatas sa sarsa ng kamatis upang magkadikit ang mga ito, na ang laman ng karne ay nakaharap paitaas. Magdagdag ng humigit-kumulang 1¼ tasa / 300 ML ng tubig, o sapat lamang upang halos takpan ng sarsa ang mga patties, pakuluan, takpan ang kawali na may takip, at hayaang mabagal na maluto nang hindi bababa sa 1 oras o mas matagal pa, hanggang sa maluto ang sarsa. ay makapal at ang patatas ay napakalambot. Kung hindi pa lumapot ang sauce, tanggalin ang takip at bawasan ng 5 hanggang 10 minuto. Ihain nang mainit o mainit, pinalamutian ng cilantro.

23. Stuffed artichoke na may mga gisantes at dill

Gumagawa: 4

MGA INGREDIENTS

- 14 oz / 400 g leeks, pinutol at gupitin sa ¼-pulgada / 0.5cm na hiwa
- 9 oz / 250 g giniling na karne ng baka
- 1 malaking free-range na itlog
- 1 tsp ground allspice
- 1 tsp ground cinnamon
- 2 tsp pinatuyong mint
- 12 medium globe artichokes o lasaw na frozen artichoke bottoms (tingnan ang panimula)
- 6 tbsp / 90 ml sariwang kinatas na lemon juice, kasama ang juice ng ½ lemon kung gumagamit ng sariwang artichoke
- ⅓ tasa / 80 ML ng langis ng oliba
- all-purpose na harina, para sa patong ng artichokes
- tungkol sa 2 tasa / 500 ML stock ng manok o gulay
- 1⅓ tasa / 200 g frozen na mga gisantes
- ⅓ oz / 10 g dill, tinadtad nang magaspang
- asin at sariwang giniling na itim na paminta

MGA TAGUBILIN

a) Blanch ang leeks sa kumukulong tubig sa loob ng 5 minuto. Patuyuin, i-refresh, at pisilin ang tubig.

b) Gupitin ang mga sibuyas at ilagay sa isang mangkok ng paghahalo kasama ang karne, itlog, pampalasa, mint, 1 kutsarita ng asin, at maraming paminta. Haluin mabuti.

c) Kung gumagamit ka ng sariwang artichoke, maghanda ng isang mangkok na may tubig at ang katas ng ½ lemon. Alisin ang tangkay mula sa artichoke at hilahin ang matigas na panlabas na dahon. Kapag naabot mo na ang mas malambot, maputlang dahon, gumamit ng malaking matalim na kutsilyo upang gupitin ang bulaklak upang ikaw ay matira sa ilalim na bahagi. Gumamit ng maliit, matalim na kutsilyo o isang pang-alis ng gulay upang alisin ang mga panlabas na layer ng artichoke hanggang sa malantad ang base, o ibaba. I-scrape out ang mabalahibong "choke" at ilagay ang base sa acidulated na tubig. Itapon ang natitira, pagkatapos ay ulitin sa iba pang mga artichoke.

d) Maglagay ng 2 kutsara ng langis ng oliba sa isang kasirola na sapat ang lapad upang hawakan ang mga artichoke na patag at init sa katamtamang init. Punan ang bawat ilalim ng artichoke ng 1 hanggang 2 kutsara ng pinaghalong karne ng baka, pagpindot sa pagpuno. Dahan-dahang igulong ang ilalim sa ilang harina, lagyan ng bahagya at ipagpag ang labis. Magprito sa mainit na mantika ng 1½ minuto sa bawat panig. Punasan ang kawali nang malinis at ibalik ang mga artichoke sa kawali, ayusin ang mga ito nang patag at mahigpit na magkatabi.

e) Paghaluin ang stock, lemon juice, at ang natitirang mantika at timplahan ng asin at paminta. Magsandok ng mga kutsarang puno ng likido sa ibabaw ng mga artichoke hanggang sa sila ay halos, ngunit hindi ganap, ay lumubog; maaaring hindi mo kailangan ang lahat ng likido. Maglagay ng isang piraso ng parchment paper sa mga artichokes, takpan ang kawali na may takip, at kumulo sa mababang init sa loob ng 1 oras. Kapag handa na sila, humigit-kumulang 4 na kutsarang likido lamang ang dapat manatili. Kung kinakailangan, alisin ang takip at papel at bawasan ang sarsa. Itabi ang kawali hanggang sa ang mga artichoke ay mainit lamang o sa temperatura ng silid.

f) Kapag handa nang ihain, blanch ang mga gisantes sa loob ng 2 minuto. Alisan ng tubig at idagdag ang mga ito at ang dill sa kawali na may mga artichoke, panahon sa panlasa, at ihalo ang lahat nang malumanay.

PANGUNAHING PAGKAIN

24. Inihaw na Kamote at Sariwang Igos

Gumagawa: 4

MGA INGREDIENTS
- 4 na maliliit na kamote (2¼ lb / 1 kg sa kabuuan)
- 5 kutsarang langis ng oliba
- 3 tbsp / 40 ml balsamic vinegar (maaari kang gumamit ng komersyal sa halip na isang premium na may edad na grado)
- 1½ tbsp / 20 g superfine sugar
- 12 berdeng sibuyas, hinati nang pahaba at gupitin sa 1½-in / 4cm na mga segment
- 1 pulang sili, hiniwa ng manipis
- 6 na hinog na igos (8½ oz / 240 g sa kabuuan), quartered
- 5 oz / 150 g malambot na keso ng gatas ng kambing (opsyonal)
- Maldon sea salt at freshly ground black pepper

MGA TAGUBILIN

a) Painitin muna ang oven sa 475°F / 240°C.

b) Hugasan ang mga kamote, hatiin ang mga ito nang pahaba, at pagkatapos ay gupitin muli ang bawat kalahati sa 3 mahabang wedges. Paghaluin ang 3 kutsara ng langis ng oliba, 2 kutsarita ng asin, at ilang itim na paminta. Ikalat ang wedges, balat pababa, sa isang baking sheet at lutuin ng mga 25 minuto, hanggang malambot ngunit hindi malambot. Alisin sa oven at hayaang lumamig.

c) Upang gawin ang balsamic reduction, ilagay ang balsamic vinegar at asukal sa isang maliit na kasirola. Pakuluan, pagkatapos ay bawasan ang apoy at kumulo ng 2 hanggang 4 na minuto, hanggang sa lumapot. Siguraduhing alisin ang kawali mula sa init kapag ang suka ay mas runnier pa kaysa sa pulot; ito ay patuloy na magpapalapot habang ito ay lumalamig. Haluin ang isang patak ng tubig bago ihain kung ito ay masyadong makapal para tumulo.

d) Ayusin ang kamote sa isang serving platter. Init ang natitirang mantika sa katamtamang kasirola sa katamtamang init at idagdag ang berdeng sibuyas at sili. Magprito sa loob ng 4 hanggang 5 minuto, hinahalo nang madalas upang matiyak na hindi masunog ang chile. Kutsara ang mantika, sibuyas, at sili sa ibabaw ng kamote. Idikit ang mga igos sa pagitan ng mga wedges at pagkatapos ay ibuhos ang balsamic reduction. Ihain sa temperatura ng kuwarto. Durugin ang keso sa ibabaw, kung gagamit.

25. Ang mataba ni Na'ama

Gumagawa: 6

MGA INGREDIENTS

- 1 tasa / 200 g Greek yogurt at ¾ tasa plus 2 tbsp / 200 ml buong gatas, o 1⅓ tasa / 400 ml buttermilk (pinapalitan ang yogurt at gatas)
- 2 malaking lipas na Turkish flatbread o naan (9 oz / 250 g sa kabuuan)
- 3 malalaking kamatis (13 oz / 380 g sa kabuuan), gupitin sa ⅔-pulgada / 1.5cm na dice
- 3½ oz / 100 g labanos, hiniwa nang manipis
- 3 Lebanese o mini cucumber (9 oz / 250 g sa kabuuan), binalatan at tinadtad sa ⅔-pulgada / 1.5cm na dice
- 2 berdeng sibuyas, hiniwa nang manipis
- ½ oz / 15 g sariwang mint
- 1 oz / 25 g flat-leaf parsley, tinadtad nang magaspang
- 1 kutsarang pinatuyong mint
- 2 cloves bawang, durog
- 3 kutsarang sariwang kinatas na lemon juice
- ¼ tasa / 60 ML ng langis ng oliba, dagdag pa sa pag-ambon
- 2 tbsp cider o white wine vinegar
- ¾ tsp sariwang giniling na itim na paminta
- 1½ tsp asin
- 1 tbsp sumac o higit pa sa panlasa, upang palamutihan

MGA TAGUBILIN

a) Kung gumagamit ng yogurt at gatas, magsimula nang hindi bababa sa 3 oras at hanggang isang araw nang maaga sa pamamagitan ng paglalagay ng pareho sa isang mangkok. Haluing mabuti at iwanan sa isang malamig na lugar o sa refrigerator hanggang sa mabuo ang mga bula sa ibabaw. Ang makukuha mo ay isang uri ng lutong bahay na buttermilk, ngunit hindi gaanong maasim.

b) Hatiin ang tinapay sa kagat-laki ng mga piraso at ilagay sa isang malaking mangkok ng paghahalo. Idagdag ang iyong pinaghalong fermented yogurt o commercial buttermilk, na sinusundan ng iba pang sangkap, haluing mabuti, at mag-iwan ng 10 minuto para magsama ang lahat ng lasa.

c) Ilagay ang fattoush sa mga serving bowl, lagyan ng kaunting olive oil, at palamutihan ng sumac.

26. Herb Pie

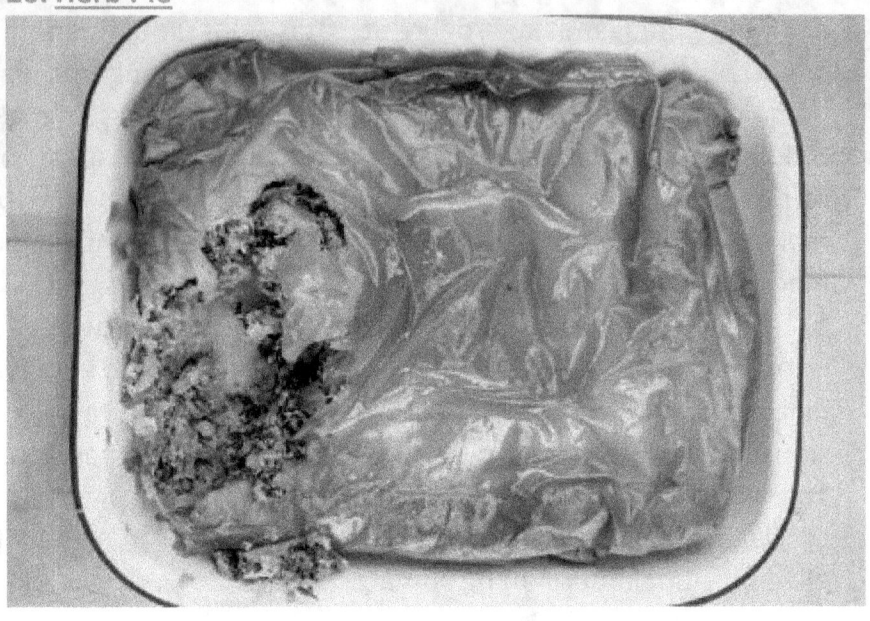

Gumagawa: 4

MGA INGREDIENTS
- 2 kutsarang langis ng oliba, dagdag pa para sa pagsisipilyo ng pastry
- 1 malaking sibuyas, diced
- 1 lb / 500 g Swiss chard, mga tangkay at dahon na pinong ginutay-gutay ngunit pinananatiling hiwalay
- 5 oz / 150 g celery, hiniwa nang manipis
- 1¾ oz / 50 g berdeng sibuyas, tinadtad
- 1¾ oz / 50 g arugula
- 1 oz / 30 g flat-leaf parsley, tinadtad
- 1 oz / 30 g mint, tinadtad
- ¾ oz / 20 g dill, tinadtad
- 4 oz / 120 g anari o ricotta cheese, gumuho
- 3½ oz / 100 g may edad na Cheddar cheese, gadgad
- 2 oz / 60 g feta cheese, gumuho
- gadgad na zest ng 1 lemon
- 2 malaking free-range na itlog
- ⅓ tsp asin
- ½ tsp sariwang giniling na itim na paminta
- ½ tsp superfine sugar
- 9 oz / 250 g filo pastry

MGA TAGUBILIN
a) Painitin muna ang oven sa 400°F / 200°C. Ibuhos ang langis ng oliba sa isang malaki at malalim na kawali sa katamtamang init. Idagdag ang sibuyas at igisa sa loob ng 8 minuto nang hindi nababato. Idagdag ang mga tangkay ng chard at ang kintsay at ipagpatuloy ang pagluluto sa loob ng 4 na minuto, paminsan-minsang pagpapakilos. Idagdag ang mga dahon ng chard, dagdagan ang apoy sa katamtamang mataas, at pukawin habang nagluluto ka ng 4 na minuto, hanggang sa matuyo ang mga dahon. Idagdag ang berdeng sibuyas, arugula, at herbs at lutuin

ng 2 minuto pa. Alisin mula sa init at ilipat sa isang colander upang palamig.

b) Kapag ang timpla ay lumamig na, pisilin ang mas maraming tubig hangga't maaari at ilipat sa isang mangkok ng paghahalo. Idagdag ang tatlong keso, lemon zest, itlog, asin, paminta, at asukal at haluing mabuti.

c) Maglagay ng isang sheet ng filo pastry at i-brush ito ng kaunting olive oil. Takpan ng isa pang sheet at magpatuloy sa parehong paraan hanggang sa magkaroon ka ng 5 layer ng filo brushed na may mantika, lahat ay sumasaklaw sa isang lugar na sapat na malaki upang ihanay ang mga gilid at ibaba ng isang 8½-inch / 22cm na pie dish, at dagdag na isasabit sa gilid. . Ihanay ang pie dish sa pastry, punuin ng herb mix, at tiklupin ang labis na pastry sa gilid ng filling, putulin ang pastry kung kinakailangan upang lumikha ng ¾-inch / 2cm border.

d) Gumawa ng isa pang set ng 5 filo layer na pinahiran ng mantika at ilagay ang mga ito sa ibabaw ng pie. Kuskusin nang kaunti ang pastry upang lumikha ng isang kulot, hindi pantay na tuktok at gupitin ang mga gilid upang masakop lamang nito ang pie. Brush generously na may olive oil at maghurno sa loob ng 40 minuto, hanggang sa ang filo ay maging isang magandang ginintuang kayumanggi. Alisin mula sa oven at ihain nang mainit o sa temperatura ng kuwarto.

27. Inihaw na talong na may pritong sibuyas

Gumagawa: 4

MGA INGREDIENTS
- 2 malalaking talong, hinati nang pahaba nang nakabukas ang tangkay (mga 1⅔ lb / 750 g sa kabuuan)
- ⅔ tasa / 150 ML ng langis ng oliba
- 4 na sibuyas (mga 1¼ lb / 550 g sa kabuuan), hiniwa nang manipis
- 1½ berdeng sili
- 1½ tsp ground cumin
- 1 tsp sumac
- 1¾ oz / 50 g feta cheese, hinati sa malalaking tipak
- 1 katamtamang lemon
- 1 sibuyas na bawang, durog
- asin at sariwang giniling na itim na paminta

MGA TAGUBILIN

a) Painitin muna ang oven sa 425°F / 220°C.

b) Markahan ang cut side ng bawat talong na may pattern na crisscross. I-brush ang mga ginupit na gilid na may 6½ tbsp / 100 ml ng mantika at iwiwisik ng maraming asin at paminta. Ilagay sa isang baking sheet, gupitin ang gilid, at inihaw sa oven sa loob ng mga 45 minuto, hanggang ang laman ay maging ginintuang kayumanggi at ganap na maluto.

c) Habang iniihaw ang mga talong, idagdag ang natitirang mantika sa isang malaking kawali at ilagay sa mataas na apoy. Idagdag ang mga sibuyas at ½ kutsarita ng asin at lutuin ng 8 minuto, haluin nang madalas, upang ang mga bahagi ng sibuyas ay maging talagang madilim at malutong. I-seed at i-chop ang mga chiles, pinapanatili ang buong isa na hiwalay sa kalahati. Idagdag ang ground cumin, sumac, at ang buong tinadtad na sili at lutuin ng karagdagang 2 minuto bago idagdag ang feta. Magluto para sa isang huling minuto, hindi gaanong gumalaw, pagkatapos ay alisin mula sa apoy.

d) Gumamit ng isang maliit na may ngipin na kutsilyo upang alisin ang balat at ubod ng lemon. Hiwain nang magaspang ang laman, itapon ang mga buto, at ilagay ang laman at anumang katas sa isang mangkok na may natitirang ½ sili at bawang.

e) Ipunin ang ulam sa sandaling handa na ang mga talong. Ilipat ang mga inihaw na halves sa isang serving dish at sandok ang lemon sauce sa ibabaw ng laman. Painitin ng kaunti ang mga sibuyas at sandok. Ihain nang mainit o itabi upang makarating sa temperatura ng silid.

28. Inihaw na butternut squash na may za'atar

Gumagawa: 4

MGA INGREDIENTS
- 1 malaking butternut squash (2½ lb / 1.1 kg sa kabuuan), gupitin sa ¾ by 2½-inch / 2 by 6cm wedges
- 2 pulang sibuyas, gupitin sa 1¼-inch / 3cm wedges
- 3½ kutsara / 50 ML ng langis ng oliba
- 3½ kutsarang light tahini paste
- 1½ kutsarang lemon juice
- 2 kutsarang tubig
- 1 maliit na sibuyas na bawang, durog
- 3½ kutsara / 30 g ng mga pine nuts
- 1 kutsara ng za'atar
- 1 kutsarang tinadtad na flat-leaf parsley
- Maldon sea salt at freshly ground black pepper

MGA TAGUBILIN

a) Painitin muna ang oven sa 475°F / 240°C.

b) Ilagay ang kalabasa at sibuyas sa isang malaking mangkok ng paghahalo, magdagdag ng 3 kutsara ng mantika, 1 kutsarita ng asin, at ilang itim na paminta at ihalo nang mabuti. Ikalat sa isang baking sheet na ang balat ay nakaharap pababa at inihaw sa oven sa loob ng 30 hanggang 40 minuto, hanggang sa ang mga gulay ay kumuha ng ilang kulay at maluto. Pagmasdan ang mga sibuyas dahil maaaring mas mabilis itong maluto kaysa sa kalabasa at kailangang alisin nang mas maaga. Alisin mula sa oven at hayaang lumamig.

c) Upang gawin ang sarsa, ilagay ang tahini sa isang maliit na mangkok kasama ang lemon juice, tubig, bawang, at ¼ kutsarita ng asin. Haluin hanggang ang sarsa ay maging pare-pareho ng pulot, magdagdag ng mas maraming tubig o tahini kung kinakailangan.

d) Ibuhos ang natitirang 1½ kutsarita ng mantika sa isang maliit na kawali at ilagay sa medium-low heat. Idagdag ang mga pine nuts kasama ang ½ kutsarita ng asin at lutuin ng 2 minuto, haluin nang madalas, hanggang sa maging golden brown ang mga mani. Alisin mula sa apoy at ilipat ang mga mani at mantika sa isang maliit na mangkok upang ihinto ang pagluluto.

e) Upang ihain, ikalat ang mga gulay sa isang malaking serving platter at ibuhos ang tahini. Budburan ang mga pine nuts at ang kanilang langis sa itaas, na sinusundan ng za'atar at perehil.

29. Fava Bean Kuku

Gumagawa: 6

MGA INGREDIENTS
- 1 lb / 500 g fava beans, sariwa o frozen
- 5 tbsp / 75 ML ng tubig na kumukulo
- 2 kutsarang superfine na asukal
- 5 tbsp / 45 g pinatuyong barberry
- 3 tbsp mabigat na cream
- ¼ tsp na sinulid ng safron
- 2 tbsp malamig na tubig
- 5 kutsarang langis ng oliba
- 2 medium na sibuyas, pinong tinadtad
- 4 cloves na bawang, durog
- 7 malalaking free-range na itlog
- 1 kutsarang all-purpose na harina
- ½ tsp baking powder
- 1 tasa / 30 g dill, tinadtad
- ½ tasa / 15 g mint, tinadtad
- asin at sariwang giniling na itim na paminta

MGA TAGUBILIN

a) Painitin muna ang oven sa 350°F / 180°C. Ilagay ang fava beans sa isang kawali na may maraming tubig na kumukulo. Pakuluan ng 1 minuto, alisan ng tubig, i-refresh sa ilalim ng malamig na tubig, at itabi.

b) Ibuhos ang 5 tbsp / 75 ml na kumukulong tubig sa isang medium na mangkok, idagdag ang asukal, at pukawin upang matunaw. Kapag ang syrup na ito ay malambot, idagdag ang mga barberry at iwanan ang mga ito ng mga 10 minuto, pagkatapos ay alisan ng tubig.

c) Pakuluan ang cream, safron, at malamig na tubig sa isang maliit na kasirola. Agad na alisin mula sa apoy at itabi sa loob ng 30 minuto upang ma-infuse.

d) Mag-init ng 3 kutsara ng langis ng oliba sa katamtamang init sa isang 10-pulgada / 25cm na nonstick, ovenproof na kawali kung saan mayroon kang takip. Idagdag ang mga sibuyas at lutuin ng mga 4 na minuto, paminsan-minsang pagpapakilos, pagkatapos ay idagdag ang bawang at lutuin at pukawin ng karagdagang 2 minuto. Haluin ang fava beans at itabi.

e) Talunin ng mabuti ang mga itlog sa isang malaking mixing bowl hanggang mabula. Idagdag ang harina, baking powder, saffron cream, herbs, 1½ kutsarita ng asin, at ½ kutsarita ng paminta at haluing mabuti. Panghuli, ihalo ang mga barberry at ang fava beans at onion mix.

f) Punasan ang kawali na malinis, idagdag ang natitirang langis ng oliba, at ilagay sa oven sa loob ng 10 minuto upang uminit ng mabuti. Ibuhos ang pinaghalong itlog sa mainit na kawali, takpan ang takip, at maghurno ng 15 minuto. Alisin ang takip at maghurno para sa isa pang 20 hanggang 25 minuto, hanggang sa ang mga itlog ay itakda lamang. Alisin mula sa oven at hayaang magpahinga ng 5 minuto, bago i-invert sa isang serving platter. Ihain nang mainit o sa temperatura ng kuwarto.

Hilaw na Artichoke at Herb Salad

30. Lemony leek meatballs

Gumagawa ng: 4 BILANG STARTER

MGA INGREDIENTS
- 6 na malalaking trimmed leeks (mga 1¾ lb / 800 g sa kabuuan)
- 9 oz / 250 g giniling na karne ng baka
- 1 tasa / 90 g mumo ng tinapay
- 2 malaking free-range na itlog
- 2 kutsarang langis ng mirasol
- ¾ hanggang 1¼ tasa / 200 hanggang 300 ml na stock ng manok
- ⅓ tasa / 80 ml sariwang kinatas na lemon juice (mga 2 lemon)
- ⅓ tasa / 80 g Greek yogurt
- 1 kutsarang pinong tinadtad na flat-leaf parsley
- asin at sariwang giniling na itim na paminta

MGA TAGUBILIN

a) Gupitin ang mga leeks sa ¾-pulgada / 2cm na hiwa at i-steam ang mga ito nang humigit-kumulang 20 minuto, hanggang sa ganap na lumambot. Alisan ng tubig at hayaang lumamig, pagkatapos ay pisilin ang anumang natitirang tubig gamit ang isang tea towel. Iproseso ang mga leeks sa isang food processor sa pamamagitan ng pagpintig ng ilang beses hanggang sa mahusay na tinadtad ngunit hindi malambot. Ilagay ang mga leeks sa isang malaking mangkok ng paghahalo, kasama ang karne, mga mumo ng tinapay, mga itlog, 1¼ kutsarita ng asin, at 1 kutsarita ng itim na paminta. Buuin ang halo sa mga flat patties, humigit-kumulang 2¾ by ¾ inches / 7 by 2 cm—dapat itong maging 8. Palamigin ng 30 minuto.

b) Init ang mantika sa katamtamang init sa isang malaki at mabigat na ilalim na kawali kung saan mayroon kang takip. Igisa ang mga patties sa magkabilang panig hanggang sa ginintuang kayumanggi; ito ay maaaring gawin sa mga batch kung kinakailangan.

c) Punasan ang kawali gamit ang isang tuwalya ng papel at pagkatapos ay ilagay ang mga bola-bola sa ilalim, bahagyang magkakapatong kung kinakailangan. Ibuhos ang sapat na stock hanggang halos, ngunit hindi masyadong takpan ang mga patties. Idagdag ang lemon juice at ½ kutsarita ng asin. Pakuluan, pagkatapos ay takpan at kumulo ng dahan-dahan sa loob ng 30 minuto. Alisin ang takip at lutuin ng ilang minuto, kung kinakailangan, hanggang sa halos lahat ng likido ay sumingaw. Alisin ang kawali mula sa apoy at itabi upang lumamig.

d) Ihain ang mga bola-bola na mainit-init lamang o sa temperatura ng silid, na may isang maliit na piraso ng yogurt at isang sprinkle ng perehil.

31. Root vegetable slaw na may labneh

Gumagawa: 6

MGA INGREDIENTS
- 3 medium beets (1 lb / 450 g sa kabuuan)
- 2 katamtamang karot (9 oz / 250 g sa kabuuan)
- ½ ugat ng kintsay (10 oz / 300 g sa kabuuan)
- 1 medium kohlrabi (9 oz / 250 g sa kabuuan)
- 4 na kutsarang sariwang kinatas na lemon juice
- 4 tbsp langis ng oliba
- 3 kutsarang suka ng sherry
- 2 tsp superfine sugar
- ¾ tasa / 25 g dahon ng cilantro, tinadtad nang magaspang
- ¾ tasa / 25 g dahon ng mint, ginutay-gutay
- ⅔ tasa / 20 g flat-leaf na dahon ng parsley, tinadtad nang magaspang
- ½ kutsarang gadgad na lemon zest
- 1 tasa / 200 g labneh (binili sa tindahan o tingnan ang recipe)
- asin at sariwang giniling na itim na paminta
- Balatan ang lahat ng mga gulay at hiwain ng manipis, mga 1/16 maliit na mainit na sili, pinong tinadtad

MGA TAGUBILIN

a) Ilagay ang lemon juice, olive oil, suka, asukal, at 1 kutsarita ng asin sa isang maliit na kasirola. Dalhin sa mahinang kumulo at haluin hanggang matunaw ang asukal at asin. Alisin mula sa init.

b) Patuyuin ang mga piraso ng gulay at ilipat sa isang tuwalya ng papel upang matuyo nang mabuti. Patuyuin ang mangkok at palitan ang mga gulay. Ibuhos ang mainit na dressing sa mga gulay, haluing mabuti, at hayaang lumamig. Ilagay sa refrigerator nang hindi bababa sa 45 minuto.

c) Kapag handa nang ihain, idagdag ang mga herbs, lemon zest, at 1 kutsarita ng black pepper sa salad. Haluin nang mabuti, tikman, at magdagdag ng higit pang asin kung kinakailangan. Itambak sa mga serving plate at ihain na may kasamang labneh sa gilid.

32. Pritong kamatis na may bawang

Gumagawa: 2 hanggang 4

MGA INGREDIENTS
- 3 malalaking cloves ng bawang, durog
- ½ maliit na mainit na sili, pinong tinadtad
- 2 tbsp tinadtad na flat-leaf parsley
- 3 malaki, hinog ngunit matigas na kamatis (mga 1 lb / 450 g sa kabuuan)
- 2 kutsarang langis ng oliba
- Maldon sea salt at freshly ground black pepper
- simpleng tinapay, upang ihain

MGA TAGUBILIN

a) Paghaluin ang bawang, sili, at tinadtad na perehil sa isang maliit na mangkok at itabi. Itaas at buntot ang mga kamatis at hiwain nang patayo sa mga hiwa na humigit-kumulang ⅔ pulgada / 1.5 cm ang kapal.

b) Init ang mantika sa isang malaking kawali sa katamtamang init. Ilagay ang mga hiwa ng kamatis, timplahan ng asin at paminta, at lutuin ng humigit-kumulang 1 minuto, saka baligtarin, timplahan muli ng asin at paminta, at budburan ng pinaghalong bawang. Magpatuloy sa pagluluto ng isa pang minuto o higit pa, nanginginig ang kawali paminsan-minsan, pagkatapos ay ibalik ang mga hiwa at lutuin ng ilang segundo, hanggang malambot ngunit hindi malambot.

c) Ilagay ang mga kamatis sa isang serving plate, ibuhos ang mga juice mula sa kawali, at ihain kaagad, na sinamahan ng tinapay.

33. Chermoula Eggplant na may Bulgur at Yogurt

Gumagawa ng: 4 BILANG PANGUNAHING KURSO

MGA INGREDIENTS
- 2 cloves bawang, durog
- 2 tsp ground cumin
- 2 tsp ground coriander
- 1 tsp chile flakes
- 1 tsp matamis na paprika
- 2 kutsarang pinong tinadtad na napreserbang balat ng lemon (binili sa tindahan o tingnan ang recipe)
- ⅔ tasa / 140 ML ng langis ng oliba, dagdag pa para matapos
- 2 medium na talong
- 1 tasa / 150 g pinong bulgur
- ⅔ tasa / 140 ML ng tubig na kumukulo
- ⅓ tasa / 50 g gintong pasas
- 3½ kutsara / 50 ML ng maligamgam na tubig
- ⅓ oz / 10 g cilantro, tinadtad, dagdag pa para matapos
- ⅓ oz / 10 g mint, tinadtad
- ⅓ tasa / 50 g pitted green olives, hinati
- ⅓ tasa / 30 g hiniwang almond, inihaw
- 3 berdeng sibuyas, tinadtad
- 1½ kutsarang sariwang kinatas na lemon juice
- ½ tasa / 120 g Greek yogurt
- asin

MGA TAGUBILIN

a) Painitin muna ang oven sa 400°F / 200°C.

b) Upang gawin ang chermoula, ihalo sa isang maliit na mangkok ang bawang, kumin, kulantro, chile, paprika, napreserbang lemon, dalawang-katlo ng langis ng oliba, at ½ kutsarita ng asin.

c) Gupitin ang mga eggplants sa kalahating pahaba. Markahan ang laman ng bawat kalahati ng malalim, dayagonal na crisscross na mga marka, siguraduhing hindi mabutas ang balat. Kutsara ang chermoula sa bawat kalahati, ikalat ito nang pantay-pantay, at ilagay sa isang baking sheet na hiwa sa gilid. Ilagay sa oven at igisa sa loob ng 40 minuto, o hanggang sa ganap na lumambot ang mga talong.

d) Samantala, ilagay ang bulgur sa isang malaking mangkok at takpan ng kumukulong tubig.

e) Ibabad ang mga pasas sa maligamgam na tubig. Pagkatapos ng 10 minuto, alisan ng tubig ang mga pasas at idagdag ang mga ito sa bulgur, kasama ang natitirang langis. Idagdag ang mga damo, olibo, almendras, berdeng sibuyas, lemon juice, at isang pakurot ng asin at pukawin upang pagsamahin. Tikman at magdagdag ng higit pang asin kung kinakailangan.

f) Ihain ang mga talong nang mainit o sa temperatura ng silid. Maglagay ng ½ talong, gupitin sa gilid, sa bawat indibidwal na plato. Sandok ang bulgur sa itaas, na nagpapahintulot sa ilan na mahulog mula sa magkabilang panig. Kutsara sa ibabaw ng ilang yogurt, budburan ng cilantro, at tapusin na may kaunting mantika.

34. Pritong cauliflower na may tahini

Gumagawa: 6

MGA INGREDIENTS
- 2 tasa / 500 ML ng langis ng mirasol
- 2 medium heads cauliflower (2¼ lb / 1 kg sa kabuuan), nahahati sa maliliit na florets
- 8 berdeng sibuyas, bawat isa ay nahahati sa 3 mahabang segment
- ¾ tasa / 180 g light tahini paste
- 2 cloves bawang, durog
- ¼ tasa / 15 g flat-leaf parsley, tinadtad
- ¼ tasa / 15 g tinadtad na mint, dagdag pa para matapos
- ⅔ tasa / 150 g Greek yogurt
- ¼ tasa / 60ml sariwang kinatas na lemon juice, kasama ang grated zest ng 1 lemon
- 1 tsp molasses ng granada, dagdag pa para matapos
- humigit-kumulang ¾ tasa / 180 ML ng tubig
- Maldon sea salt at freshly ground black pepper

MGA TAGUBILIN
a) Init ang langis ng mirasol sa isang malaking kasirola na inilagay sa medium-high heat. Gamit ang isang pares ng metal na sipit o isang metal na kutsara, maingat na maglagay ng ilang cauliflower florets nang paisa-isa sa mantika at lutuin ang mga ito sa loob ng 2 hanggang 3 minuto, paikutin ang mga ito upang pantay ang kulay. Kapag ginintuang kayumanggi, gumamit ng slotted na kutsara upang iangat ang mga bulaklak sa isang colander upang maubos. Budburan ng kaunting asin. Magpatuloy sa mga batch hanggang sa matapos mo ang lahat ng cauliflower. Susunod, iprito ang mga berdeng sibuyas sa mga batch ngunit sa loob lamang ng 1 minuto. Idagdag sa cauliflower. Hayaang lumamig ng kaunti ang dalawa.

b) Ibuhos ang tahini paste sa isang malaking mangkok ng paghahalo at idagdag ang bawang, tinadtad na damo, yogurt, lemon juice at zest, granada molasses, at ilang asin at paminta. Haluing mabuti gamit ang isang kahoy na kutsara habang idinadagdag mo ang tubig. Ang tahini sauce ay magpapalapot at pagkatapos ay lumuwag habang nagdaragdag ka ng tubig. Huwag magdagdag ng labis , sapat lamang upang makakuha ng isang makapal, ngunit makinis, maibuhos na pagkakapare-pareho, medyo tulad ng pulot.

c) Idagdag ang cauliflower at berdeng sibuyas sa tahini at haluing mabuti. Tikman at ayusin ang pampalasa. Baka gusto mo ring magdagdag ng higit pang lemon juice.

d) Upang ihain, sandok sa isang serving bowl at tapusin ng ilang patak ng granada molasses at ilang mint.

35. Middle Eastern mixed grill

Gumagawa: 4

MGA INGREDIENTS

- 10½ oz / 300 g walang buto na dibdib ng manok, gupitin sa ¾-pulgada / 2cm cube
- 7 oz / 200 g puso ng manok, gupitin sa kalahating pahaba (opsyonal)
- 4 tbsp langis ng oliba
- 9 oz / 250 g atay ng manok, nilinis at hiniwa
- 2 malalaking sibuyas, hiniwa nang manipis (mga 4½ tasa / 500 g sa kabuuan)
- 1½ tsp giniling na turmeric
- 1 tbsp baharat spice mix (binili sa tindahan o tingnan ang recipe)
- asin

MGA TAGUBILIN

a) Maglagay ng malaking cast-iron o iba pang mabigat na kawali sa katamtamang init at mag-iwan ng ilang minuto, hanggang sa halos umusok. Idagdag ang dibdib ng manok at mag-iwan ng isang minuto, haluin ng isang beses, pagkatapos ay lutuin hanggang kayumanggi ang lahat, 2 hanggang 3 minuto. Ilipat ang mga piraso sa isang mangkok at itabi.

b) Ilagay ang mga puso sa kawali at lutuin, haluin paminsan-minsan, hanggang sa mag-brown ngunit hindi maluto, 2 hanggang 3 minuto. Idagdag sa mangkok.

c) Ibuhos ang isang kutsarita ng langis ng oliba sa kawali at idagdag ang mga atay. Magluto ng 2 hanggang 3 minuto, paghahalo ng isang beses o dalawang beses, pagkatapos ay alisin mula sa kawali.

d) Ibuhos ang 2 kutsara ng langis ng oliba sa kawali at idagdag ang kalahati ng mga sibuyas. Lutuin, hinahalo sa lahat ng oras, sa loob ng 4 hanggang 5 minuto, hanggang sa lumambot ang mga sibuyas at bahagyang char ngunit hindi ganap na malata. Idagdag ang natitirang langis sa kawali at ulitin sa ikalawang kalahati ng mga sibuyas. Ibalik ang unang batch sa kawali, kasama ang mga pampalasa at nilutong piraso ng manok, puso, at atay. Timplahan ng ¾ kutsarita ng asin at ipagpatuloy ang pagluluto ng humigit-kumulang 3 minuto, i-scrape ang kawali habang niluluto, hanggang sa maluto ang manok. Ihain nang sabay-sabay.

36. Nilagang Pugo na may mga Apricot at Tamarind

Gumagawa ng: 4 BILANG STARTER

MGA INGREDIENTS

- 4 na sobrang laking pugo, mga 6½ oz / 190 g bawat isa, gupitin sa kalahati sa kahabaan ng breastbone at likod
- ¾ tsp chile flakes
- ¾ tsp ground cumin
- ½ tsp buto ng haras, bahagyang dinurog
- 1 kutsarang langis ng oliba
- 1¼ tasa / 300 ML ng tubig
- 5 kutsara / 75 ML puting alak
- ⅔ tasa / 80 g pinatuyong mga aprikot, makapal na hiniwa
- 2½ kutsara / 25 g currant
- 1½ kutsarang superfine na asukal
- 1½ kutsarang tamarind paste
- 2 kutsarang sariwang kinatas na lemon juice
- 1 tsp piniling dahon ng thyme
- asin at sariwang giniling na itim na paminta
- 2 tbsp tinadtad na halo-halong cilantro at flat-leaf parsley, upang palamutihan (opsyonal)

MGA TAGUBILIN

a) Punasan ang pugo ng mga tuwalya ng papel at ilagay sa isang mangkok ng paghahalo. Budburan ng chile flakes, cumin, fennel seeds, ½ kutsarita ng asin, at ilang itim na paminta. Masahe ng mabuti gamit ang iyong mga kamay, pagkatapos ay takpan at iwanan upang mag-marinate sa refrigerator nang hindi bababa sa 2 oras o magdamag.

b) Init ang mantika sa katamtamang init sa isang kawali na sapat lang ang laki upang ma-accommodate ang mga ibon nang mahigpit at kung saan mayroon kang takip. Palamutin ang mga ibon sa lahat ng panig ng halos 5 minuto, upang makakuha ng magandang ginintuang kayumangging kulay.

c) Alisin ang pugo mula sa kawali at itapon ang karamihan sa taba, mag-iwan ng mga 1½ kutsarita. Idagdag ang tubig, alak, aprikot, currant, asukal, sampalok, lemon juice, thyme, ½ kutsarita ng asin, at ilang itim na paminta. Ibalik ang pugo sa kawali. Ang tubig ay dapat umabot ng tatlong-kapat sa mga gilid ng mga ibon; kung hindi, magdagdag ng higit pang tubig. Pakuluan, takpan ang kawali, at kumulo nang mahinahon sa loob ng 20 hanggang 25 minuto, paikutin ang pugo nang isa o dalawang beses, hanggang sa maluto ang mga ibon.

d) Iangat ang pugo mula sa kawali at sa isang serving platter at panatilihing mainit-init. Kung ang likido ay hindi masyadong makapal, ibalik ito sa katamtamang init at kumulo ng ilang minuto upang mabawasan ang pagkakapare-pareho ng sarsa. Kutsara ang sarsa sa ibabaw ng pugo at palamutihan ng cilantro at perehil, kung ginagamit.

37. Inihaw na manok na may clementines

Gumagawa: 4

MGA INGREDIENTS
- 6½ tbsp / 100 ml arak, ouzo, o Pernod
- 4 tbsp langis ng oliba
- 3 kutsarang sariwang piniga na orange juice
- 3 kutsarang sariwang kinatas na lemon juice
- 2 kutsara ng butil ng mustasa
- 3 tbsp light brown sugar
- 2 medium na bumbilya ng haras (1 lb / 500 g sa kabuuan)
- 1 malaking organic o free-range na manok, humigit-kumulang 2¾ lb / 1.3 kg, nahahati sa 8 piraso, o pareho ang timbang sa balat, buto-sa mga hita ng manok
- 4 na clementine, hindi binalatan (14 oz / 400 g sa kabuuan), gupitin nang pahalang sa ¼-pulgada / 0.5cm na mga hiwa
- 1 kutsarang dahon ng thyme
- 2½ tsp haras seeds, bahagyang durog
- asin at sariwang giniling na itim na paminta
- tinadtad na flat-leaf perehil, upang palamutihan

MGA TAGUBILIN

a) Ilagay ang unang anim na sangkap sa isang malaking mixing bowl at magdagdag ng 2½ kutsarita ng asin at 1½ kutsarita ng itim na paminta. Haluing mabuti at itabi.

b) Gupitin ang haras at gupitin ang bawat bombilya sa kalahating pahaba. Gupitin ang bawat kalahati sa 4 na wedges. Idagdag ang haras sa mga likido, kasama ang mga piraso ng manok, hiwa ng clementine, thyme, at mga buto ng haras. Haluing mabuti gamit ang iyong mga kamay, pagkatapos ay iwanan upang mag-marinate sa refrigerator sa loob ng ilang oras o magdamag (ang paglaktaw sa yugto ng marinating ay mainam din, kung ikaw ay pinindot ng oras).

c) Painitin ang oven sa 475°F / 220°C. Ilipat ang manok at ang marinade nito sa isang baking sheet na may sapat na laki para ma-accommodate ang lahat nang kumportable sa isang layer (halos isang 12 by 14½-inch / 30 by 37cm pan); dapat nakaharap ang balat ng manok. Kapag sapat na ang init ng oven, ilagay ang kawali sa oven at igisa sa loob ng 35 hanggang 45 minuto, hanggang sa magkulay at maluto ang manok. Alisin sa oven.

d) Iangat ang manok, haras, at clementine mula sa kawali at ayusin sa serving plate; takpan at panatilihing mainit-init. Ibuhos ang likido sa pagluluto sa isang maliit na kasirola, ilagay sa katamtamang init, pakuluan, at pagkatapos ay kumulo hanggang ang sarsa ay nabawasan ng isang-katlo, upang ikaw ay naiwan ng humigit-kumulang ⅓ tasa / 80 ml. Ibuhos ang mainit na sarsa sa ibabaw ng manok, palamutihan ng kaunting perehil, at ihain.

38. Inihaw na Manok na may Jerusalem Artichoke

Gumagawa: 4

MGA INGREDIENTS
- 1 lb / 450 g Jerusalem artichokes, binalatan at gupitin nang pahaba sa 6 na wedges ⅔ pulgada / 1.5 cm ang kapal
- 3 kutsarang sariwang kinatas na lemon juice
- 8 balat-sa, buto-sa-buto na hita ng manok, o 1 katamtamang buong manok, naka-kapat
- 12 saging o iba pang malalaking shallots, hinati nang pahaba
- 12 malalaking cloves ng bawang, hiniwa
- 1 katamtamang lemon, hinati nang pahaba at pagkatapos ay hiniwa nang napakanipis
- 1 tsp safron thread
- 3½ kutsara / 50 ML ng langis ng oliba
- ¾ tasa / 150 ML malamig na tubig
- 1¼ tbsp pink peppercorns, bahagyang dinurog
- ¼ tasa / 10 g sariwang dahon ng thyme
- 1 tasa / 40 g dahon ng tarragon, tinadtad
- 2 tsp asin
- ½ tsp sariwang giniling na itim na paminta

MGA TAGUBILIN

a) Ilagay ang Jerusalem artichokes sa isang medium saucepan, takpan ng maraming tubig, at idagdag ang kalahati ng lemon juice. Pakuluan, babaan ang apoy, at kumulo ng 10 hanggang 20 minuto, hanggang lumambot ngunit hindi lumambot. Patuyuin at hayaang lumamig.

b) Ilagay ang Jerusalem artichokes at lahat ng natitirang sangkap, hindi kasama ang natitirang lemon juice at kalahati ng tarragon, sa isang malaking mangkok ng paghahalo at gamitin ang iyong mga kamay upang ihalo nang mabuti ang lahat. Takpan at iwanan upang mag-marinate sa refrigerator magdamag, o nang hindi bababa sa 2 oras.

c) Painitin muna ang oven sa 475°F / 240°C. Ayusin ang mga piraso ng manok, patagilid ang balat, sa gitna ng kawali at ikalat ang natitirang sangkap sa paligid ng manok. Inihaw ng 30 minuto. Takpan ang kawali gamit ang aluminum foil at lutuin ng karagdagang 15 minuto. Sa puntong ito, ang manok ay dapat na ganap na luto. Alisin sa oven at idagdag ang nakareserbang tarragon at lemon juice. Haluing mabuti, tikman, at magdagdag ng higit pang asin kung kinakailangan. Ihain nang sabay-sabay.

39. Inihaw na manok na may freekeh

Gumagawa ng: 4 NA MADALANG

MGA INGREDIENTS
- 1 maliit na free-range na manok, mga 3¼ lb / 1.5 kg
- 2 mahabang cinnamon sticks
- 2 medium carrots, binalatan at gupitin ng ¾ pulgada / 2 cm ang kapal
- 2 dahon ng bay
- 2 bungkos na flat-leaf parsley (mga 2½ oz / 70 g sa kabuuan)
- 2 malalaking sibuyas
- 2 kutsarang langis ng oliba
- 2 tasa / 300 g basag na freekeh
- ½ tsp ground allspice
- ½ tsp ground coriander
- 2½ kutsara / 40 g unsalted butter
- ⅔ tasa / 60 g hiniwang almendras
- asin at sariwang giniling na itim na paminta

MGA TAGUBILIN
a) Ilagay ang manok sa isang malaking palayok, kasama ang kanela, karot, dahon ng bay, 1 bungkos ng perehil, at 1 kutsarita ng asin. Quarter 1 sibuyas at idagdag ito sa kaldero. Magdagdag ng malamig na tubig upang halos takpan ang manok; pakuluan at kumulo, natatakpan, sa loob ng 1 oras, paminsan-minsan ay inaalis ang anumang mantika at bula palayo sa ibabaw.

b) Sa kalahati ng pagluluto ng manok, hiwain ng manipis ang pangalawang sibuyas at ilagay ito sa isang medium na kasirola na may langis ng oliba. Magprito sa katamtamang apoy sa loob ng 12 hanggang 15 minuto, hanggang sa maging ginintuang kayumanggi at malambot ang sibuyas. Idagdag ang freekeh, allspice, kulantro, ½ kutsarita ng asin, at ilang itim na paminta. Haluing mabuti at pagkatapos ay magdagdag ng 2½ tasa / 600 ml ng sabaw ng manok. Gawing medium-high ang init. Sa sandaling kumulo ang sabaw, takpan ang kawali at ibaba ang apoy. Dahan-

dahang kumulo sa loob ng 20 minuto, pagkatapos ay alisin mula sa apoy at iwanan na natatakpan ng 20 minuto pa.

c) Alisin ang mga dahon mula sa natitirang bungkos ng perehil at i-chop ang mga ito, hindi masyadong pino. Idagdag ang karamihan sa tinadtad na perehil sa nilutong freekeh, ihalo ito sa isang tinidor.

d) Ilabas ang manok mula sa sabaw at ilagay ito sa isang cutting board. Maingat na hiwain ang mga suso at hiwain ang mga ito nang manipis sa isang anggulo; alisin ang karne mula sa mga binti at hita. Panatilihing mainit ang manok at ang freekeh.

e) Kapag handa nang ihain, ilagay ang mantikilya, almendras, at kaunting asin sa isang maliit na kawali at iprito hanggang sa ginintuang. Ilagay ang freekeh sa mga indibidwal na serving dish o isang platter. Itaas ang karne ng binti at hita, pagkatapos ay ayusin ang mga hiwa ng dibdib nang maayos sa ibabaw. Tapusin ang mga almendras at mantikilya at isang sprinkle ng perehil.

40. Manok na may Sibuyas at Cardamom Rice

Gumagawa: 4

MGA INGREDIENTS
- 3 kutsara / 40 g ng asukal
- 3 kutsara / 40 ML ng tubig
- 2½ tbsp / 25 g barberry (o currants)
- 4 tbsp langis ng oliba
- 2 katamtamang sibuyas, hiniwang manipis (2 tasa / 250 g sa kabuuan)
- 2¼ lb / 1 kg skin-on, buto-in na hita ng manok, o 1 buong manok, quartered
- 10 cardamom pods
- bilugan ¼ tsp buong clove
- 2 mahabang cinnamon sticks, nahati sa dalawa
- 1⅔ tasa / 300 g basmati rice
- 2¼ tasa / 550 ML ng tubig na kumukulo
- 1½ tbsp / 5 g flat-leaf na dahon ng perehil, tinadtad
- ½ tasa / 5 g dahon ng dill, tinadtad
- ¼ tasa / 5 g dahon ng cilantro, tinadtad
- ⅓ tasa / 100 g Greek yogurt, hinaluan ng 2 kutsarang langis ng oliba (opsyonal)
- asin at sariwang giniling na itim na paminta

MGA TAGUBILIN
a) Ilagay ang asukal at tubig sa isang maliit na kasirola at init hanggang matunaw ang asukal. Alisin mula sa apoy, idagdag ang mga barberry, at itabi upang magbabad. Kung gumagamit ng mga currant, hindi mo kailangang ibabad ang mga ito sa ganitong paraan.

b) Samantala, painitin ang kalahati ng langis ng oliba sa isang malaking kawali kung saan mayroon kang takip sa katamtamang init, idagdag ang sibuyas, at lutuin ng 10 hanggang 15 minuto, paminsan-minsang pagpapakilos, hanggang sa maging malalim na ginintuang kayumanggi ang sibuyas. Ilipat ang sibuyas sa isang maliit na mangkok at punasan ang kawali.

c) Ilagay ang manok sa isang malaking mixing bowl at timplahan ng 1½ kutsarita bawat asin at itim na paminta. Idagdag ang natitirang langis ng oliba, cardamom, cloves, at cinnamon at gamitin ang iyong mga kamay upang ihalo nang mabuti ang lahat. Painitin muli ang kawali at ilagay ang manok at pampalasa. Maghain ng 5 minuto sa bawat panig at alisin mula sa kawali (ito ay mahalaga dahil ito ay nagluluto ng manok). Ang mga pampalasa ay maaaring manatili sa kawali, ngunit huwag mag-alala kung dumikit ito sa manok. Alisin din ang karamihan sa natitirang langis, mag-iwan lamang ng manipis na pelikula sa ibaba. Idagdag ang kanin, caramelized na sibuyas, 1 kutsarita ng asin, at maraming itim na paminta. Alisan ng tubig ang mga barberry at idagdag din ang mga ito. Haluing mabuti at ibalik ang seared chicken sa kawali, itulak ito sa kanin.

d) Ibuhos ang kumukulong tubig sa kanin at manok, takpan ang kawali, at lutuin sa napakababang apoy sa loob ng 30 minuto. Alisin ang kawali sa apoy, tanggalin ang takip, mabilis na ilagay ang isang malinis na tuwalya ng tsaa sa ibabaw ng kawali, at i-seal muli gamit ang takip. Iwanan ang ulam na hindi nakakagambala para sa isa pang 10 minuto. Panghuli, idagdag ang mga halamang gamot at gumamit ng isang tinidor upang pukawin ang mga ito at pahimulmol ang kanin. Tikman at magdagdag ng higit pang asin at paminta kung kinakailangan. Ihain ang mainit o mainit na may yogurt kung gusto mo.

41. Saffron Chicken at Herb Salad

Gumagawa: 6

MGA INGREDIENTS
- 1 kahel
- 2½ kutsara / 50 g honey
- ½ tsp safron thread
- 1 kutsarang puting alak na suka
- 1¼ tasa / humigit-kumulang 300 ML ng tubig
- 2¼ lb / 1 kg na walang balat, walang buto na dibdib ng manok
- 4 tbsp langis ng oliba
- 2 maliit na bumbilya ng haras, hiniwa nang manipis
- 1 tasa / 15 g piniling dahon ng cilantro
- ⅔ tasa / 15 g piniling dahon ng basil, napunit
- 15 piniling dahon ng mint, napunit
- 2 kutsarang sariwang kinatas na lemon juice
- 1 pulang sili, hiniwa ng manipis
- 1 sibuyas na bawang, durog
- asin at sariwang giniling na itim na paminta

MGA TAGUBILIN

a) Painitin muna ang oven sa 400°F / 200°C. Putulin at itapon ang ⅜ pulgada / 1 cm mula sa itaas at buntot ng orange at gupitin ito sa 12 wedges, na pinapanatili ang balat. Alisin ang anumang buto.

b) Ilagay ang mga wedges sa isang maliit na kasirola na may pulot, safron, suka, at sapat na tubig para matakpan ang orange wedges. Dalhin sa isang pigsa at kumulo malumanay para sa tungkol sa isang oras. Sa dulo dapat kang iwanang may malambot na orange at mga 3 kutsara ng makapal na syrup; magdagdag ng tubig sa panahon ng pagluluto kung ang likido ay masyadong mababa. Gumamit ng food processor upang i-blitz ang orange at syrup sa isang makinis, runny paste; muli, magdagdag ng kaunting tubig kung kinakailangan.

c) Paghaluin ang dibdib ng manok na may kalahating langis ng oliba at maraming asin at paminta at ilagay sa isang napakainit na ridged griddle pan. Maghain ng humigit-kumulang 2 minuto sa bawat panig upang makakuha ng malinaw na mga marka ng char sa kabuuan. Ilipat sa isang roasting pan at ilagay sa oven sa loob ng 15 hanggang 20 minuto, hanggang maluto lang.

d) Kapag ang manok ay sapat na upang mahawakan ngunit mainit pa rin, punitin ito gamit ang iyong mga kamay sa magaspang, medyo malalaking piraso. Ilagay sa isang malaking mixing bowl, ibuhos ang kalahati ng orange paste, at haluing mabuti. (Ang kalahati ay maaari mong itago sa refrigerator sa loob ng ilang araw. Ito ay magiging isang magandang karagdagan sa isang herb salsa upang ihain kasama ng mamantika na isda tulad ng mackerel o salmon.) Idagdag ang natitirang mga sangkap sa salad, kabilang ang natitirang bahagi ng langis ng oliba, at ihagis nang malumanay. Tikman, magdagdag ng asin at paminta, at, kung kinakailangan, mas maraming langis ng oliba at lemon juice.

42. Chicken sofrito

MGA INGREDIENTS
- 1 kutsarang langis ng mirasol
- 1 maliit na free-range na manok, mga 3¼ lb / 1.5 kg, butterflied o quartered
- 1 tsp matamis na paprika
- ¼ tsp giniling na turmeric
- ¼ tsp asukal
- 2½ kutsarang sariwang kinatas na lemon juice
- 1 malaking sibuyas, binalatan at pinaghiwa-hiwalay
- langis ng mirasol, para sa Pagprito
- 1⅔ lb / 750 g Yukon Gold na patatas, binalatan, hinugasan, at hiniwa sa ¾-pulgada / 2cm na dice
- 25 cloves na bawang, hindi binalatan
- asin at sariwang giniling na itim na paminta

MGA TAGUBILIN

a) Ibuhos ang mantika sa isang malaki, mababaw na kawali o Dutch oven at ilagay sa medium heat. Ilagay ang manok na patag sa kawali, ibaba ang balat, at igisa sa loob ng 4 hanggang 5 minuto, hanggang sa ginintuang kayumanggi. Timplahan lahat ng paprika, turmerik, asukal, ¼ kutsarita ng asin, isang magandang giling ng itim na paminta, at 1½ kutsara ng lemon juice. Baliktarin ang manok upang ang balat ay nakaharap, idagdag ang sibuyas sa kawali, at takpan ng takip. Bawasan ang init sa mababang at lutuin ng kabuuang humigit-kumulang 1½ oras; kabilang dito ang oras na niluto ang manok kasama ng patatas. Paminsan-minsan, itaas ang takip upang suriin ang dami ng likido sa ilalim ng kawali. Ang ideya ay para sa manok na magluto at mag-steam sa sarili nitong katas, ngunit maaaring kailanganin mong magdagdag ng kaunting tubig na kumukulo, para laging may ¼ pulgada / 5 mm ng likido sa ilalim ng kawali.

b) Matapos maluto ang manok ng humigit-kumulang 30 minuto, ibuhos ang langis ng mirasol sa katamtamang kasirola sa lalim na 1¼ pulgada / 3 cm at ilagay sa medium-high heat. Iprito ang patatas at bawang nang magkasama sa ilang batch sa loob ng mga 6 na minuto bawat batch, hanggang sa magkaroon sila ng kaunting kulay at malutong. Gumamit ng slotted na kutsara upang iangat ang bawat batch mula sa mantika at sa mga tuwalya ng papel, pagkatapos ay budburan ng asin.

c) Matapos maluto ang manok sa loob ng 1 oras, iangat ito mula sa kawali at sandok ang piniritong patatas at bawang, ihalo ang mga ito kasama ng mga juice ng pagluluto. Ibalik ang manok sa kawali, ilagay ito sa ibabaw ng mga patatas para sa natitirang oras ng pagluluto, iyon ay, 30 minuto. Ang manok ay dapat na nahuhulog mula sa buto at ang mga patatas ay dapat na ibabad sa pagluluto ng likido at ganap na malambot. Ibuhos ang natitirang lemon juice kapag naghahain.

43. Kofta B'siniyah

Gumagawa ng: 18 KOFTA

MGA INGREDIENTS
- ⅔ tasa / 150 g light tahini paste
- 3 kutsarang sariwang kinatas na lemon juice
- ½ tasa / 120 ML ng tubig
- 1 katamtamang sibuyas na bawang, durog
- 2 kutsarang langis ng mirasol
- 2 tbsp / 30 g unsalted butter o ghee (opsyonal)
- toasted pine nuts, para palamuti
- pinong tinadtad na flat-leaf perehil, upang palamutihan
- matamis na paprika, upang palamutihan
- asin

KOFTA
- 14 oz / 400 g giniling na tupa
- 14 oz / 400 g ground veal o karne ng baka
- 1 maliit na sibuyas (mga 5 oz / 150 g), makinis na tinadtad
- 2 malalaking clove ng bawang, durog
- 7 tbsp / 50 g toasted pine nuts, tinadtad nang magaspang
- ½ tasa / 30 g pinong tinadtad na flat-leaf parsley
- 1 malaking katamtamang mainit na pulang sili, may binhi at pinong tinadtad
- 1½ tsp ground cinnamon
- 1½ tsp ground allspice
- ¾ tsp gadgad na nutmeg
- 1½ tsp sariwang giniling na itim na paminta
- 1½ tsp asin

MGA TAGUBILIN

a) Ilagay ang lahat ng sangkap ng kofta sa isang mangkok at gamitin ang iyong mga kamay upang ihalo nang mabuti ang lahat. Ngayon, hubugin ang mga daliri na mahaba, parang torpedo, humigit-kumulang 3¼ pulgada / 8 cm ang haba (mga 2 oz / 60 g bawat isa). Pindutin ang halo upang i-compress ito at matiyak na ang bawat kofta ay masikip at pinapanatili ang hugis nito. Ayusin sa isang plato at palamigin hanggang handa ka nang lutuin ang mga ito, hanggang sa 1 araw.

b) Painitin muna ang oven sa 425°F / 220°C. Sa isang medium na mangkok, haluin ang tahini paste, lemon juice, tubig, bawang, at ¼ kutsarita ng asin. Ang sarsa ay dapat na medyo runnier kaysa sa pulot; magdagdag ng 1 hanggang 2 kutsarang tubig kung kinakailangan.

c) Init ang mantika ng mirasol sa isang malaking kawali sa sobrang init at igisa ang kofta. Gawin ito sa mga batch para hindi sila masikip. Igisa ang mga ito sa lahat ng panig hanggang sa ginintuang kayumanggi, mga 6 na minuto bawat batch. Sa puntong ito, dapat silang medium-bihirang. Ilabas sa kawali at ayusin sa isang baking sheet. Kung gusto mong lutuin ang mga ito ng medium o well done, ilagay ang baking sheet sa oven ngayon sa loob ng 2 hanggang 4 na minuto.

d) Sandok ang tahini sauce sa paligid ng kofta upang masakop nito ang base ng kawali. Kung gusto mo, ibuhos din ang ilan sa ibabaw ng kofta, ngunit iwanang nakalabas ang ilan sa karne. Ilagay sa oven para sa isang minuto o dalawa, para lang mapainit ng kaunti ang sarsa.

e) Samantala, kung gumagamit ka ng mantikilya, tunawin ito sa isang maliit na kasirola at hayaang magkulay ng kaunti, ingatan na hindi ito masunog. Sandok ang mantikilya sa ibabaw ng kofta sa sandaling lumabas sila sa oven. Ikalat ang mga pine nuts at perehil at pagkatapos ay iwiwisik ang paprika. Ihain nang sabay-sabay.

44. Mga Beef Meatball na may Fava Beans at Lemon

Gumagawa ng: MGA 20 MEATBALLS

MGA INGREDIENTS
- 4½ kutsarang langis ng oliba
- 2⅓ tasa / 350 g fava beans, sariwa o frozen
- 4 buong thyme sprigs
- 6 cloves na bawang, hiniwa
- 8 berdeng sibuyas, gupitin sa isang anggulo sa ¾-pulgada / 2cm na mga segment
- 2½ kutsarang sariwang kinatas na lemon juice
- 2 tasa / 500 ML stock ng manok
- asin at sariwang giniling na itim na paminta
- 1½ tsp bawat tinadtad na flat-leaf parsley, mint, dill, at cilantro, upang matapos

MGA MEATBALLS
- 10 oz / 300 g giniling na karne ng baka
- 5 oz / 150 g giniling na tupa
- 1 medium na sibuyas, pinong tinadtad
- 1 tasa / 120 g mumo ng tinapay
- 2 tbsp bawat tinadtad na flat-leaf parsley, mint, dill, at cilantro
- 2 malalaking clove ng bawang, durog
- 4 tsp baharat spice mix (binili sa tindahan o tingnan ang recipe)
- 4 tsp ground cumin
- 2 tsp capers, tinadtad
- 1 itlog, pinalo

MGA TAGUBILIN
a)   Ilagay ang lahat ng sangkap ng meatball sa isang malaking mixing bowl. Magdagdag ng ¾ kutsarita ng asin at maraming itim na paminta at haluing mabuti gamit ang iyong mga kamay. Bumuo sa mga bola na halos kasing laki ng mga bola ng Ping-Pong. Init ang 1 kutsara ng langis ng oliba sa katamtamang init sa

isang napakalaking kawali kung saan mayroon kang takip. Haluin ang kalahati ng mga bola-bola, paikutin ang mga ito hanggang sa maging kayumanggi ang lahat, mga 5 minuto. Alisin, magdagdag ng isa pang 1½ kutsarita ng langis ng oliba sa kawali, at lutuin ang iba pang batch ng mga bola-bola. Alisin sa kawali at punasan ito ng malinis.

b) Habang niluluto ang mga bola-bola, itapon ang fava beans sa isang palayok na may maraming inasnan na tubig na kumukulo at pakuluan ng 2 minuto. Patuyuin at i-refresh sa ilalim ng malamig na tubig. Alisin ang mga balat mula sa kalahati ng fava beans at itapon ang mga balat.

c) Init ang natitirang 3 kutsarang langis ng oliba sa katamtamang init sa parehong kawali kung saan mo sinira ang mga bola-bola. Idagdag ang thyme, bawang, at berdeng sibuyas at igisa ng 3 minuto. Idagdag ang hindi nabalatang fava beans, 1½ kutsara ng lemon juice, ⅓ cup / 80 ml ng stock, ¼ kutsarita ng asin, at maraming itim na paminta. Ang mga beans ay dapat na halos sakop ng likido. Takpan ang kawali at lutuin sa mahinang apoy sa loob ng 10 minuto.

d) Ibalik ang meatballs sa kawali na may hawak na fava beans. Idagdag ang natitirang stock, takpan ang kawali, at kumulo ng malumanay sa loob ng 25 minuto. Tikman ang sarsa at ayusin ang pampalasa. Kung ito ay masyadong runny, tanggalin ang takip at bawasan ng kaunti. Kapag ang mga bola-bola ay huminto sa pagluluto, sila ay magbabad ng maraming juice, kaya siguraduhing mayroon pa ring maraming sarsa sa puntong ito. Maaari mong iwanan ang mga bola-bola ngayon, patayin ang apoy, hanggang handa nang ihain.

e) Bago ihain, initin muli ang mga bola-bola at magdagdag ng kaunting tubig, kung kinakailangan, upang makakuha ng sapat na sarsa. Idagdag ang natitirang mga halamang gamot, ang natitirang 1 kutsarang lemon juice, at ang binalatan na fava beans at ihalo nang malumanay. Ihain kaagad.

45. Mga Lamb Meatball na may Barberry, Yogurt, at Herb

Gumagawa ng: MGA 20 MEATBALLS

MGA INGREDIENTS
- 1⅔ lb / 750 g giniling na tupa
- 2 medium na sibuyas, pinong tinadtad
- ⅔ oz / 20 g flat-leaf parsley, pinong tinadtad
- 3 cloves ng bawang, durog
- ¾ tsp ground allspice
- ¾ tsp ground cinnamon
- 6 tbsp / 60 g barberry
- 1 malaking free-range na itlog
- 6½ kutsara / 100 ML ng langis ng mirasol
- 1½ lb / 700 g saging o iba pang malalaking shallots, binalatan
- ¾ tasa kasama ang 2 kutsara / 200 ML puting alak
- 2 tasa / 500 ML stock ng manok
- 2 dahon ng bay
- 2 sanga ng thyme
- 2 tsp asukal
- 5 oz / 150 g pinatuyong igos
- 1 tasa / 200 g Greek yogurt
- 3 kutsarang pinaghalong mint, cilantro, dill, at tarragon, gutay-gutay
- asin at sariwang giniling na itim na paminta

MGA TAGUBILIN

a) Ilagay ang tupa, sibuyas, perehil, bawang, allspice, kanela, barberry, itlog, 1 kutsarita ng asin, at ½ kutsarita ng itim na paminta sa isang malaking mangkok. Paghaluin gamit ang iyong mga kamay, pagkatapos ay gumulong sa mga bola na halos kasing laki ng mga bola ng golf.

b) Init ang isang-katlo ng langis sa katamtamang init sa isang malaking, mabigat na ilalim na palayok kung saan mayroon kang mahigpit na takip. Maglagay ng ilang meatballs at lutuin at paikutin ng ilang minuto hanggang sa makulayan ang lahat. Alisin sa kaldero at itabi. Lutuin ang natitirang mga bola-bola sa parehong paraan.

c) Punasan ang kawali at idagdag ang natitirang langis. Idagdag ang mga shallots at lutuin ang mga ito sa katamtamang init sa loob ng 10 minuto, pagpapakilos nang madalas, hanggang sa ginintuang kayumanggi. Idagdag ang alak, hayaang bumula ang isang minuto o dalawa, pagkatapos ay idagdag ang stock ng manok, dahon ng bay, thyme, asukal, at ilang asin at paminta. Ayusin ang mga igos at bola-bola sa pagitan at sa ibabaw ng mga shallots; ang mga bola-bola ay kailangang halos sakop ng likido. Pakuluan, takpan ng takip, bawasan ang apoy sa napakababa, at hayaang kumulo sa loob ng 30 minuto. Alisin ang takip at pakuluan ng halos isa pang oras, hanggang sa bumaba ang sarsa at tumindi ang lasa. Tikman at magdagdag ng asin at paminta kung kinakailangan.

d) Ilipat sa isang malaki at malalim na serving dish. Talunin ang yogurt, ibuhos sa ibabaw, at ikalat kasama ang mga damo.

46. Turkey at Zucchini Burger na may Green Onion at Cumin

Gumagawa: MGA 18 BURGER

MGA INGREDIENTS
- 1 lb / 500 g ground turkey
- 1 malaking zucchini, magaspang na gadgad (2 tasa / 200 g sa kabuuan)
- 3 berdeng sibuyas, hiniwa nang manipis
- 1 malaking free-range na itlog
- 2 kutsarang tinadtad na mint
- 2 kutsarang tinadtad na cilantro
- 2 cloves bawang, durog
- 1 tsp ground cumin
- 1 tsp asin
- ½ tsp sariwang giniling na itim na paminta
- ½ tsp cayenne pepper
- humigit-kumulang 6½ tbsp / 100 ML ng langis ng mirasol, para sa pag-searing

SOUR CREAM & SUMAC SAUCE
- ½ tasa / 100 g kulay-gatas
- ⅔ tasa / 150 g Greek yogurt
- 1 tsp gadgad na lemon zest
- 1 kutsarang sariwang kinatas na lemon juice
- 1 maliit na sibuyas na bawang, durog
- 1½ kutsarang langis ng oliba
- 1 kutsarang sumac
- ½ tsp asin
- ¼ tsp sariwang giniling na itim na paminta

MGA TAGUBILIN
a) Una gawin ang sour cream sauce sa pamamagitan ng paglalagay ng lahat ng sangkap sa isang maliit na mangkok. Haluing mabuti at itabi o palamigin hanggang kailanganin.

b) Painitin muna ang oven sa 425°F / 220°C. Sa isang malaking mangkok, pagsamahin ang lahat ng mga sangkap para sa mga bola-bola maliban sa langis ng mirasol. Paghaluin gamit ang iyong mga kamay at pagkatapos ay hubugin sa humigit-kumulang 18 burger, bawat isa ay tumitimbang ng humigit-kumulang 1½ oz / 45 g.

c) Ibuhos ang sapat na langis ng mirasol sa isang malaking kawali upang bumuo ng isang layer na halos 1/16 pulgada / 2 mm ang kapal sa ilalim ng kawali. Init sa katamtamang init hanggang sa mainit, pagkatapos ay ihain ang mga bola-bola sa mga batch sa lahat ng panig. Lutuin ang bawat batch para sa mga 4 na minuto, pagdaragdag ng langis kung kinakailangan, hanggang sa ginintuang kayumanggi.

d) Maingat na ilipat ang mga seared meatballs sa isang baking sheet na nilagyan ng waxed paper at ilagay sa oven sa loob ng 5 hanggang 7 minuto, o hanggang maluto lang. Ihain nang mainit-init o sa temperatura ng kuwarto, na may sarsa sa ibabaw o sa gilid.

47. Mabagal na Lutong Veal na may Prune at Leek

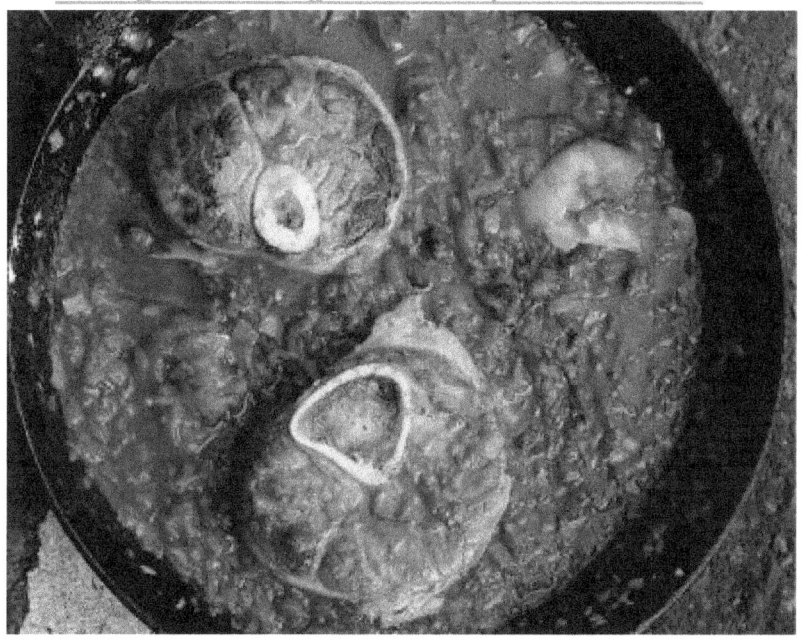

Gumagawa ng: 4 NA MADALANG

MGA INGREDIENTS
- ½ tasa / 110 ML ng langis ng mirasol
- 4 na malalaking osso buco steak, sa buto (mga 2¼ lb / 1 kg sa kabuuan)
- 2 malalaking sibuyas, pinong tinadtad (mga 3 tasa / 500 g sa kabuuan)
- 3 cloves ng bawang, durog
- 6½ kutsara / 100 ML dry white wine
- 1 tasa / 250 ML stock ng manok o baka
- isang 14-oz / 400g lata ng tinadtad na kamatis
- 5 thyme sprigs, mga dahon ng makinis na tinadtad
- 2 dahon ng bay
- zest ng ½ orange, sa mga piraso
- 2 maliit na cinnamon sticks
- ½ tsp ground allspice
- 2 star anise
- 6 na malalaking leeks, puting bahagi lamang (1¾ lb / 800 g sa kabuuan), gupitin sa ⅔-pulgada / 1.5cm na hiwa
- 7 oz / 200 g malambot prun, pitted
- asin at sariwang giniling na itim na paminta
- MAGLINGKOD
- ½ tasa / 120 g Greek yogurt
- 2 kutsarang pinong tinadtad na flat-leaf parsley
- 2 kutsarang grated lemon zest
- 2 cloves bawang, durog

MGA TAGUBILIN

a) Painitin muna ang oven sa 350°F / 180°C.

b) Init ang 2 kutsara ng mantika sa isang malaking kawali sa sobrang init. Iprito ang mga piraso ng karne ng baka sa loob ng 2 minuto sa bawat panig, i-browning mabuti ang karne. Ilipat sa isang colander upang maubos habang inihahanda mo ang sarsa ng kamatis.

c) Alisin ang karamihan sa taba mula sa kawali, magdagdag ng 2 kutsara ng mantika, at idagdag ang mga sibuyas at bawang. Bumalik sa katamtamang init at igisa, paminsan-minsang pagpapakilos at kuskusin ang ilalim ng kawali gamit ang isang kahoy na kutsara, para sa mga 10 minuto, hanggang ang mga sibuyas ay malambot at ginintuang. Idagdag ang alak, pakuluan, at kumulo nang malakas sa loob ng 3 minuto, hanggang ang karamihan sa mga ito ay sumingaw. Idagdag ang kalahati ng stock, ang mga kamatis, thyme, bay, orange zest, kanela, allspice, star anise, 1 kutsarita ng asin, at ilang itim na paminta. Haluing mabuti at pakuluan. Idagdag ang mga piraso ng karne ng baka sa sarsa at haluin upang masakop.

d) Ilipat ang veal at sauce sa isang malalim na baking pan na mga 13 by 9½ inches / 33 by 24 cm, at ikalat ito nang pantay-pantay. Takpan ng aluminum foil at ilagay sa oven sa loob ng 2½ oras. Suriin ng ilang beses sa panahon ng pagluluto upang matiyak na ang sarsa ay hindi nagiging masyadong makapal at nasusunog sa paligid; malamang na kailangan mong magdagdag ng kaunting tubig upang maiwasan ito. Handa na ang karne kapag madaling naalis sa buto. Iangat ang veal mula sa sarsa at ilagay ito sa isang malaking mangkok. Kapag ito ay sapat na upang mahawakan, kunin ang lahat ng karne mula sa mga buto at gumamit ng isang maliit na kutsilyo upang simutin ang lahat ng utak. Itapon ang mga buto.

e) Init ang natitirang mantika sa isang hiwalay na kawali at i-brown ang mga leeks sa sobrang init sa loob ng mga 3 minuto, paminsan-minsang hinahalo. Sandok ang mga ito sa ibabaw ng tomato sauce. Susunod, sa kawali kung saan mo ginawa ang tomato sauce, paghaluin ang prun, ang natitirang stock, at ang hinila na karne at utak ng buto at sandok ito sa ibabaw ng leeks. Takpan muli ng foil at magpatuloy sa pagluluto ng isa pang oras. Sa sandaling lumabas sa oven, tikman at timplahan ng asin at higit pang itim na paminta kung kinakailangan.

f) Ihain nang mainit, na may sandok na malamig na yogurt sa ibabaw at binudburan ng pinaghalong parsley, lemon zest, at bawang.

48. Shawarma ng tupa

Gumagawa: 8
MGA INGREDIENTS
- 2 tsp black peppercorns
- 5 buong clove
- ½ tsp cardamom pods
- ¼ tsp buto ng fenugreek
- 1 tsp buto ng haras
- 1 kutsarang buto ng kumin
- 1 star anise
- ½ cinnamon stick
- ½ buong nutmeg, gadgad
- ¼ tsp giniling na luya
- 1 kutsarang matamis na paprika
- 1 kutsarang sumac
- 2½ tsp Maldon sea salt
- 1 oz / 25 g sariwang luya, gadgad
- 3 cloves ng bawang, durog
- ⅔ tasa / 40 g tinadtad na cilantro, tangkay at dahon
- ¼ tasa / 60 ML ng sariwang kinatas na lemon juice
- ½ tasa / 120 ML peanut oil
- 1 buto sa binti ng tupa, mga 5½ hanggang 6½ lb / 2.5 hanggang 3 kg
- 1 tasa / 240 ML ng tubig na kumukulo

MGA TAGUBILIN

a) Ilagay ang unang 8 sangkap sa isang cast-iron na kawali at tuyo-ihaw sa katamtamang init sa loob ng isa o dalawa, hanggang sa magsimulang mag-pop ang mga pampalasa at maglabas ng kanilang mga aroma. Mag-ingat na huwag masunog ang mga ito. Idagdag ang nutmeg, luya, at paprika, ihagis ng ilang segundo, para lang mapainit ang mga ito, pagkatapos ay ilipat sa isang gilingan ng pampalasa. Iproseso ang mga pampalasa sa isang pare-parehong pulbos. Ilipat sa isang medium bowl at ihalo ang lahat ng natitirang sangkap, maliban sa tupa.

b) Gumamit ng maliit, matalas na kutsilyo para i-score ang binti ng tupa sa ilang lugar, na maghiwa-hiwalay ng ⅔ pulgada / 1.5 cm ang lalim sa taba at karne para makapasok ang marinade. Ilagay sa malaking kawali at kuskusin ang marinade sa buong ang tupa; gamitin ang iyong mga kamay upang imasahe ng mabuti ang karne. Takpan ang kawali gamit ang aluminum foil at iwanan ng hindi bababa sa ilang oras o, mas mabuti, palamigin magdamag.

c) Painitin muna ang oven sa 325°F / 170°C.

d) Ilagay ang tupa sa oven na ang mataba nitong bahagi ay nakaharap sa itaas at inihaw sa kabuuang mga 4½ na oras, hanggang ang karne ay ganap na malambot. Pagkatapos ng 30 minuto ng pag-ihaw, idagdag ang kumukulong tubig sa kawali at gamitin ang likidong ito upang i-basted ang karne bawat oras o higit pa. Magdagdag ng higit pang tubig, kung kinakailangan, siguraduhing laging may mga ¼ pulgada / 0.5 cm sa ilalim ng kawali. Sa huling 3 oras, takpan ang tupa ng foil upang maiwasang masunog ang mga pampalasa. Kapag tapos na, alisin ang tupa mula sa oven at hayaang magpahinga ng 10 minuto bago ukit at ihain.

e) Ang pinakamahusay na paraan upang maihatid ito, sa aming isipan, ay inspirasyon ng pinakakilalang shakshuka na kainan sa Israel (TINGNAN ang RECIPE), Dr Shakshuka, sa Jaffa, na pag-aari ni Bino Gabso. Kumuha ng anim na indibiduwal na pita na bulsa at malayang i-brush ang mga ito sa loob ng isang spread na ginawa sa pamamagitan ng paghahalo ng ⅔ cup / 120 g tinadtad na de-latang kamatis, 2 kutsarita / 20 g harissa paste, 4 kutsarita / 20 g tomato paste, 1 kutsarang langis ng oliba, at ilang asin. at paminta. Kapag handa na ang tupa, painitin ang pitas sa isang mainit na ridged griddle pan hanggang sa magkaroon sila ng magagandang char mark sa magkabilang panig. Hiwain ang mainit na tupa at gupitin ang mga hiwa sa ⅔-pulgada / 1.5cm na piraso. Itambak ang mga ito nang mataas sa bawat mainit na pita, kutsara ang ilan sa mga litson na likido mula sa kawali, bawasan, at tapusin na may tinadtad na sibuyas, tinadtad na perehil, at isang pagwiwisik ng sumac. At huwag kalimutan ang sariwang pipino at kamatis. Ito ay isang makalangit na ulam.

49. Panfried Sea Bass kasama sina Harissa at Rose

Gumagawa: 2 HANGGANG 4

MGA INGREDIENTS
- 3 tbsp harissa paste (binili sa tindahan o tingnan ang recipe)
- 1 tsp ground cumin
- 4 na sea bass fillet, humigit-kumulang 1 lb / 450 g sa kabuuan, binalatan at inalis ang pin bones
- all-purpose na harina, para sa pag-aalis ng alikabok
- 2 kutsarang langis ng oliba
- 2 medium na sibuyas, pinong tinadtad
- 6½ kutsara / 100 ML ng red wine na suka
- 1 tsp ground cinnamon
- 1 tasa / 200 ML ng tubig
- 1½ kutsarang pulot
- 1 kutsarang rosas na tubig
- ½ tasa / 60 g currant (opsyonal)
- 2 kutsarang tinadtad na cilantro (opsyonal)
- 2 tsp maliit na pinatuyong nakakain na rose petals
- asin at sariwang giniling na itim na paminta

MGA TAGUBILIN

a) I-marinate muna ang isda. Paghaluin ang kalahati ng harissa paste, ang ground cumin, at ½ kutsarita ng asin sa isang maliit na mangkok. Kuskusin ang paste sa buong fish fillet at hayaang mag-marinate ng 2 oras sa refrigerator.

b) Alikabok ang mga fillet ng kaunting harina at iwaksi ang labis. Init ang langis ng oliba sa isang malawak na kawali sa katamtamang init at iprito ang mga fillet sa loob ng 2 minuto sa bawat panig. Maaaring kailanganin mong gawin ito sa dalawang batch. Itabi ang isda, iwanan ang mantika sa kawali, at idagdag ang mga sibuyas. Haluin habang nagluluto ka ng mga 8 minuto, hanggang sa maging ginintuang ang mga sibuyas.

c) Idagdag ang natitirang harissa, ang suka, ang cinnamon, ½ kutsarita ng asin, at maraming itim na paminta. Ibuhos ang tubig, bawasan ang apoy, at hayaang kumulo ang sarsa ng dahan-dahan sa loob ng 10 hanggang 15 minuto, hanggang sa medyo malapot.

d) Idagdag ang pulot at rosas na tubig sa kawali kasama ang mga currant, kung ginagamit, at pakuluan nang malumanay sa loob ng ilang minuto. Tikman at ayusin ang pampalasa at pagkatapos ay ibalik ang mga fillet ng isda sa kawali; maaari mong bahagyang i-overlap ang mga ito kung hindi sila magkasya. Kutsara ang sarsa sa ibabaw ng isda at iwanan ang mga ito upang magpainit sa kumukulong sarsa sa loob ng 3 minuto; maaaring kailanganin mong magdagdag ng ilang kutsarang tubig kung ang sarsa ay napakakapal. Ihain nang mainit-init o sa temperatura ng silid, binudburan ng cilantro, kung ginagamit, at ang mga talulot ng rosas.

50. Mga isda at caper kebab na may sinunog na talong at lemon pickle

Gumagawa ng: 12 KEBABS

MGA INGREDIENTS
- 2 medium na talong (mga 1⅔ lb / 750 g sa kabuuan)
- 2 kutsarang Greek yogurt
- 1 sibuyas na bawang, durog
- 2 tbsp tinadtad na flat-leaf parsley
- tungkol sa 2 tbsp langis ng mirasol, para sa pagprito
- 2 tsp Mabilis na Adobo na Lemon
- asin at sariwang giniling na itim na paminta
- KEBAB NG ISDA
- 14 oz / 400 g haddock o anumang iba pang puting fish fillet, binalatan at inalis ang pin bones
- ½ tasa / 30 g sariwang mumo ng tinapay
- ½ malaking free-range na itlog, pinalo
- 2½ tbsp / 20 g capers, tinadtad
- ⅔ oz / 20 g dill, tinadtad
- 2 berdeng sibuyas, pinong tinadtad
- gadgad na zest ng 1 lemon
- 1 kutsarang sariwang kinatas na lemon juice
- ¾ tsp ground cumin
- ½ tsp giniling na turmeric
- ½ tsp asin
- ¼ tsp giniling na puting paminta

MGA TAGUBILIN

a) Magsimula sa mga talong. Sunugin, balatan, at alisan ng tubig ang laman ng talong ayon sa mga tagubilin sa recipe ng Burnt eggplant with garlic, lemon, at pomegranate seeds . Kapag natuyo nang mabuti, gupitin ang laman at ilagay sa isang mixing bowl. Idagdag ang yogurt, bawang, perehil, 1 kutsarita ng asin, at maraming itim na paminta. Itabi.

b) Gupitin ang isda sa napakanipis na hiwa, mga ⅙ pulgada lamang / 2 mm ang kapal. Gupitin ang mga hiwa sa maliliit na dice at ilagay sa isang medium mixing bowl. Idagdag ang natitirang sangkap at haluing mabuti. Basain ang iyong mga kamay at hubugin ang timpla sa 12 patties o daliri, mga 1½ oz / 45 g bawat isa. Ayusin sa isang plato, takpan ng plastic wrap, at iwanan sa ref ng hindi bababa sa 30 minuto.

c) Ibuhos ang sapat na mantika sa isang kawali upang bumuo ng isang manipis na pelikula sa ilalim at ilagay sa medium-high heat. Lutuin ang mga kebab sa mga batch sa loob ng 4 hanggang 6 na minuto para sa bawat batch, paikutin hanggang sa kulay sa lahat ng panig at maluto.

d) Ihain ang mga kebab habang mainit pa, 3 bawat bahagi, kasama ng nasunog na talong at isang maliit na halaga ng adobo na lemon (mag-ingat, ang mga limon ay may posibilidad na mangibabaw).

51. Panfried mackerel na may golden beet at orange salsa

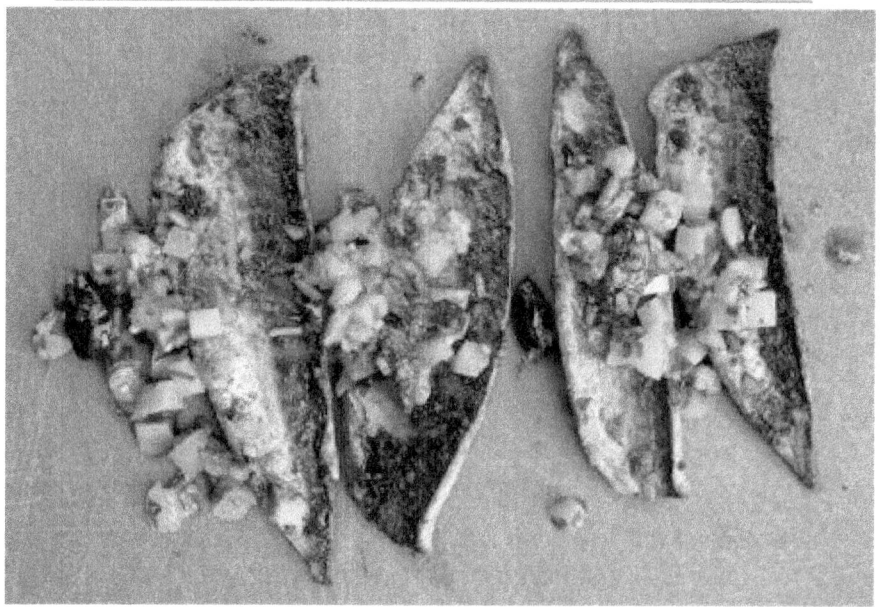

Gumagawa ng: 4 BILANG STARTER

MGA INGREDIENTS
- 1 kutsarang harissa paste (binili sa tindahan o tingnan ang recipe)
- 1 tsp ground cumin
- 4 na mackerel fillet (mga 9 oz / 260 g sa kabuuan), na may balat
- 1 medium golden beet (3½ oz / 100 g sa kabuuan)
- 1 katamtamang orange
- 1 maliit na lemon, hinati sa lapad
- ¼ cup / 30 g pitted Kalamata olives, quartered lengthwise
- ½ maliit na pulang sibuyas, pinong tinadtad (¼ tasa / 40 g sa kabuuan)
- ¼ tasa / 15 g tinadtad na flat-leaf parsley
- ½ tsp buto ng kulantro, inihaw at dinurog
- ¾ tsp cumin seeds, toasted at durog
- ½ tsp matamis na paprika
- ½ tsp chile flakes
- 1 kutsarang hazelnut o walnut oil
- ½ tsp langis ng oliba
- asin

MGA TAGUBILIN
a) Paghaluin ang harissa paste, ground cumin, at isang kurot ng asin at kuskusin ang timpla sa mackerel fillet. Itabi sa refrigerator hanggang sa handa nang lutuin.
b) Pakuluan ang beet sa maraming tubig sa loob ng humigit-kumulang 20 minuto (maaaring mas matagal ito, depende sa iba't), hanggang ang isang skewer ay dumudulas nang maayos. Hayaang lumamig, pagkatapos ay alisan ng balat, gupitin sa ¼-inch / 0.5cm dice, at ilagay sa isang mixing bowl.
c) Balatan ang orange at 1 lemon sa kalahati, alisin ang lahat ng panlabas na umbok, at gupitin ang mga ito sa quarters. Alisin ang

gitnang pith at anumang buto at gupitin ang laman sa ¼-inch / 0.5cm na dice. Idagdag sa beet kasama ang mga olibo, pulang sibuyas, at perehil.

d) Sa isang hiwalay na mangkok, paghaluin ang mga pampalasa, ang katas ng natitirang kalahati ng lemon, at ang mantika ng nut. Ibuhos ito sa beet at orange mix, haluin, at timplahan ng asin ayon sa lasa. Pinakamainam na payagan ang salsa na tumayo sa temperatura ng silid nang hindi bababa sa 10 minuto upang payagan ang lahat ng lasa na maghalo.

e) Bago ihain, painitin ang olive oil sa isang malaking nonstick frying pan sa katamtamang init. Ilagay ang balat ng mackerel fillet sa gilid sa kawali, at lutuin, paikutin nang isang beses, sa loob ng mga 3 minuto, hanggang maluto. Ilipat sa mga serving plate at sandok ang salsa sa ibabaw.

52. Cod Cake sa Tomato Sauce

Gumagawa: 4

MGA INGREDIENTS
- 3 hiwa ng puting tinapay, tinanggal ang mga crust (mga 2 oz / 60 g sa kabuuan)
- 1⅓ lb / 600 g bakalaw, halibut, hake, o pollock fillet, binalatan at inalis ang mga pin bone
- 1 medium na sibuyas, pinong tinadtad (mga 1 tasa / 150 g sa kabuuan)
- 4 cloves na bawang, durog
- 1 oz / 30 g flat-leaf parsley, pinong tinadtad
- 1 oz / 30 g cilantro, pinong tinadtad
- 1 kutsarang giniling na kumin
- 1½ tsp asin
- 2 extra-large free-range na itlog, pinalo
- 4 tbsp langis ng oliba
- TOMATO SAUCE
- 2½ kutsarang langis ng oliba
- 1½ tsp ground cumin
- ½ tsp matamis na paprika
- 1 tsp ground coriander
- 1 katamtamang sibuyas, tinadtad
- ½ tasa / 125 ML dry white wine
- isang 14-oz / 400g lata ng tinadtad na kamatis
- 1 pulang sili, may binhi at pinong tinadtad
- 1 sibuyas na bawang, durog
- 2 tsp superfine sugar
- 2 tbsp dahon ng mint, tinadtad nang magaspang
- asin at sariwang giniling na itim na paminta

MGA TAGUBILIN
a) Una, gawin ang tomato sauce. Init ang langis ng oliba sa katamtamang init sa isang napakalaking kawali kung saan mayroon kang takip. Idagdag ang mga pampalasa at sibuyas at

lutuin ng 8 hanggang 10 minuto, hanggang sa ganap na malambot ang sibuyas. Idagdag ang alak at kumulo ng 3 minuto. Idagdag ang mga kamatis, sili, bawang, asukal, ½ kutsarita ng asin, at ilang itim na paminta. Pakuluan ng halos 15 minuto, hanggang medyo makapal. Tikman upang ayusin ang pampalasa at itabi.

b) Habang niluluto ang sarsa, gawin ang mga fish cake. Ilagay ang tinapay sa isang food processor at blitz upang bumuo ng mga mumo ng tinapay. Hiwain ang isda nang napakapino at ilagay sa isang mangkok kasama ang tinapay at lahat ng iba pa, maliban sa langis ng oliba. Paghaluin nang mabuti at pagkatapos, gamit ang iyong mga kamay, hubugin ang timpla sa mga compact na cake na humigit-kumulang ¾ pulgada / 2 cm ang kapal at 3¼ pulgada / 8 cm ang lapad. Dapat mayroon kang 8 cake. Kung ang mga ito ay napakalambot, palamigin ng 30 minuto upang matibay. (Maaari ka ring magdagdag ng ilang pinatuyong mumo ng tinapay sa halo, bagama't gawin ito nang matipid; ang mga cake ay kailangang medyo basa.)

c) Init ang kalahati ng langis ng oliba sa isang kawali sa katamtamang init, idagdag ang kalahati ng mga cake, at igisa sa loob ng 3 minuto sa bawat panig, hanggang sa mahusay na kulay. Ulitin sa natitirang mga cake at mantika.

d) Dahan-dahang ilagay ang mga seared cake na magkatabi sa tomato sauce; maaari mong pisilin ng kaunti para magkasya silang lahat. Magdagdag lamang ng sapat na tubig upang masakop ang mga cake nang bahagya (mga 1 tasa / 200 ml). Takpan ang kawali gamit ang takip at kumulo sa napakababang apoy sa loob ng 15 hanggang 20 minuto. Patayin ang apoy at iwanan ang mga cake upang tumira, walang takip, nang hindi bababa sa 10 minuto bago ihain nang mainit o sa temperatura ng silid, na binuburan ng mint.

53. Mga inihaw na fish skewer na may hawayej at parsley

Gumawa ng: 4 HANGGANG 6

MGA INGREDIENTS
- 2¼ lb / 1 kg firm white fish fillet, gaya ng monkfish o halibut, binalatan, inalis ang pin bones, at pinutol sa 1-inch / 2.5cm cube
- 1 tasa / 50 g pinong tinadtad na flat-leaf parsley
- 2 malalaking clove ng bawang, durog
- ½ tsp chile flakes
- 1 kutsarang sariwang kinatas na lemon juice
- 2 kutsarang langis ng oliba
- asin
- lemon wedges, upang ihain
- 15 hanggang 18 mahabang tuhog ng kawayan, ibabad sa tubig sa loob ng 1 oras
- HAWAYEJ SPICE MIX
- 1 tsp black peppercorns
- 1 tsp buto ng kulantro
- 1½ tsp buto ng cumin
- 4 buong clove
- ½ tsp ground cardamom
- 1½ tsp giniling na turmeric

MGA TAGUBILIN
a) Magsimula sa halo ng hawayej. Ilagay ang peppercorns, coriander, cumin, at cloves sa isang gilingan ng pampalasa o mortar at gawan hanggang makinis. Idagdag ang ground cardamom at turmeric, haluing mabuti, at ilipat sa isang malaking mangkok ng paghahalo.

b) Ilagay ang isda, perehil, bawang, chile flakes, lemon juice, at 1 kutsarita ng asin sa mangkok na may mga hawayej spices. Paghaluin nang mabuti gamit ang iyong mga kamay, imasahe ang isda sa pinaghalong pampalasa hanggang ang lahat ng mga piraso ay mahusay na pinahiran. Takpan ang mangkok at, sa isip, iwanan upang mag-marinate sa refrigerator sa loob ng 6 hanggang 12 oras. Kung hindi mo mailaan ang oras na iyon, huwag mag-alala; dapat maayos din ang isang oras.

c) Maglagay ng ridged griddle pan sa mataas na apoy at mag-iwan ng mga 4 na minuto hanggang mainit. Samantala, i-thread ang mga tipak ng isda sa mga skewer, 5 hanggang 6 na piraso sa bawat isa, siguraduhing mag-iwan ng mga puwang sa pagitan ng mga piraso. Dahan-dahang i-brush ang isda ng kaunting olive oil at ilagay ang mga skewer sa mainit na kawali sa 3 hanggang 4 na batch para hindi sila masyadong magkadikit. Mag-ihaw ng humigit-kumulang 1½ minuto sa bawat panig, hanggang sa maluto ang isda. Bilang kahalili, lutuin ang mga ito sa isang grill o sa ilalim ng broiler, kung saan aabot sila ng mga 2 minuto sa bawat panig upang maluto.

d) Ihain kaagad kasama ang lemon wedges.

54. Prawns, Scallops at Clams with Tomato & Feta

Gumagawa ng: 4 BILANG STARTER

MGA INGREDIENTS
- 1 tasa / 250 ML puting alak
- 2¼ lb / 1 kg na kabibe, na-scrub
- 3 cloves na bawang, hiniwa ng manipis
- 3 kutsarang langis ng oliba, dagdag pa para matapos
- 3½ tasa / 600 g binalatan at tinadtad na Italian plum tomatoes (sariwa o de-latang)
- 1 tsp superfine sugar
- 2 kutsarang tinadtad na oregano
- 1 limon
- 7 oz / 200 g hipon ng tigre, binalatan at hiniwa
- 7 oz / 200 g malalaking scallops (kung napakalaki, gupitin sa kalahati nang pahalang)
- 4 oz / 120 g feta cheese, hinati sa ¾-inch / 2cm na mga tipak
- 3 berdeng sibuyas, hiniwa nang manipis
- asin at sariwang giniling na itim na paminta

MGA TAGUBILIN
a) Ilagay ang alak sa isang medium na kasirola at pakuluan hanggang sa mabawasan ng tatlong-kapat. Idagdag ang mga kabibe, takpan kaagad ng takip, at lutuin sa mataas na apoy sa loob ng mga 2 minuto, paminsan-minsan na nanginginig ang kawali, hanggang sa bumukas ang mga tulya. Ilipat sa isang pinong salaan upang maubos, kumukuha ng mga juice ng pagluluto sa isang mangkok. Itapon ang anumang mga kabibe na hindi nagbubukas, pagkatapos ay alisin ang natitira sa kanilang mga shell, mag-iwan ng ilan sa kanilang mga shell upang tapusin ang ulam, kung gusto mo.

b) Painitin muna ang oven sa 475°F / 240°C.

c) Sa isang malaking kawali, lutuin ang bawang sa langis ng oliba sa katamtamang init ng halos 1 minuto, hanggang sa ginintuang. Maingat na idagdag ang mga kamatis, clam liquid, asukal, oregano, at ilang asin at paminta. Mag-ahit ng 3 zest strips mula sa lemon, idagdag ang mga ito at kumulo ng malumanay sa loob ng 20 hanggang 25 minuto, hanggang sa lumapot ang sarsa. Tikman at magdagdag ng asin at paminta kung kinakailangan. Itapon ang lemon zest.

d) Idagdag ang mga hipon at scallops, haluin nang malumanay, at lutuin ng isa o dalawa lang. I-fold ang mga shelled clams at ilipat ang lahat sa isang maliit na ovenproof dish. Ilubog ang mga piraso ng feta sa sarsa at iwiwisik ang berdeng sibuyas. Itaas na may ilang kabibe sa kanilang mga shell, kung gusto mo, at ilagay sa oven sa loob ng 3 hanggang 5 minuto, hanggang sa ang mga tuktok ay kulay ng kaunti at ang mga hipon at scallops ay maluto na lamang. Alisin ang ulam mula sa oven, pisilin ng kaunting lemon juice sa ibabaw, at tapusin na may isang ambon ng langis ng oliba.

55. Mga Salmon Steak sa Chraimeh Sauce

Gumagawa: 4

MGA INGREDIENTS
- ½ tasa / 110 ML ng langis ng mirasol
- 3 kutsarang all-purpose na harina
- 4 na steak ng salmon, mga 1 lb / 950 g
- 6 cloves na bawang, tinadtad nang magaspang
- 2 tsp matamis na paprika
- 1 tbsp caraway seeds, tuyong toasted at bagong giling
- 1½ tsp ground cumin
- bilugan ¼ tsp cayenne pepper
- bilugan ¼ tsp ground cinnamon
- 1 berdeng sili, tinadtad nang magaspang
- ⅔ tasa / 150 ML ng tubig
- 3 kutsarang tomato paste
- 2 tsp superfine sugar
- 1 lemon, gupitin sa 4 na wedges, kasama ang 2 tbsp na sariwang kinatas na lemon juice
- 2 kutsarang coarsely chopped cilantro
- asin at sariwang giniling na itim na paminta

MGA TAGUBILIN

a) Init ang 2 kutsarang mantika ng sunflower sa mataas na apoy sa isang malaking kawali kung saan mayroon kang takip. Ilagay ang harina sa isang mababaw na mangkok, timplahan ng asin at paminta, at ihagis ang isda sa loob nito. Ipagpag ang labis na harina at igisa ang isda sa loob ng isang minuto o dalawa sa bawat panig, hanggang sa ginintuang. Alisin ang isda at punasan ang kawali.

b) Ilagay ang bawang, pampalasa, sili, at 2 kutsara ng langis ng mirasol sa isang food processor at blitz upang bumuo ng isang makapal na paste. Maaaring kailanganin mong magdagdag ng kaunti pang langis upang pagsamahin ang lahat.

c) Ibuhos ang natitirang mantika sa kawali, init na mabuti, at idagdag ang spice paste. Haluin at iprito sa loob lamang ng 30 segundo, upang hindi masunog ang mga pampalasa. Mabilis ngunit maingat (maaari itong dumura!) Idagdag ang tubig at tomato paste upang hindi maluto ang mga pampalasa. Pakuluan at idagdag ang asukal, lemon juice, ¾ kutsarita ng asin, at ilang paminta. Panlasa para sa pampalasa.

d) Ilagay ang isda sa sarsa, pakuluan ng mahina, takpan ang kawali at lutuin ng 7 hanggang 11 minuto, depende sa laki ng isda, hanggang sa maluto. Alisin ang kawali mula sa apoy, tanggalin ang takip, at hayaang lumamig. Ihain ang isda nang mainit lamang o sa temperatura ng silid. Palamutihan ang bawat paghahatid ng cilantro at isang lemon wedge.

56. Adobong Matamis at Maasim na Isda

Gumagawa: 4

MGA INGREDIENTS
- 3 kutsarang langis ng oliba
- 2 katamtamang sibuyas, gupitin sa ⅜-pulgada / 1cm na hiwa (3 tasa / 350 g sa kabuuan)
- 1 kutsarang buto ng kulantro
- 2 paminta (1 pula at 1 dilaw), hinati sa kalahati ang haba, pinagbinhi, at gupitin sa mga piraso ⅜ pulgada / 1 cm ang lapad (3 tasa / 300 g sa kabuuan)
- 2 cloves bawang, durog
- 3 dahon ng bay
- 1½ kutsarang curry powder
- 3 kamatis, tinadtad (2 tasa / 320 g sa kabuuan)
- 2½ kutsarang asukal
- 5 kutsarang cider vinegar
- 1 lb / 500 g pollock, bakalaw, halibut, haddock, o iba pang puting fish fillet, nahahati sa 4 pantay na piraso
- tinimplahan na all-purpose na harina, para sa pag-aalis ng alikabok
- 2 napakalaking itlog, pinalo
- ⅓ tasa / 20 g tinadtad na cilantro

asin at sariwang giniling na itim na paminta

MGA TAGUBILIN
a) Painitin muna ang oven sa 375°F / 190°C.

b) Init ang 2 kutsara ng langis ng oliba sa isang malaking ovenproof na kawali o Dutch oven sa katamtamang init. Idagdag ang mga sibuyas at buto ng kulantro at lutuin ng 5 minuto, madalas na pagpapakilos. Idagdag ang mga paminta at lutuin ng isa pang 10 minuto. Idagdag ang bawang, bay leaves, curry powder, at mga kamatis, at lutuin ng isa pang 8 minuto, paminsan-minsang pagpapakilos. Idagdag ang asukal, suka, 1½ kutsarita ng asin, at ilang itim na paminta at magpatuloy sa pagluluto para sa isa pang 5 minuto.

c) Samantala, painitin ang natitirang 1 kutsarang mantika sa isang hiwalay na kawali sa katamtamang init. Budburan ang isda ng kaunting asin, isawsaw sa harina, pagkatapos ay sa mga itlog, at magprito ng mga 3 minuto, paikutin nang isang beses. Ilipat ang isda sa mga tuwalya ng papel upang masipsip ang labis na langis, pagkatapos ay idagdag sa kawali na may mga sili at sibuyas, itulak ang mga gulay sa isang tabi upang ang isda ay maupo sa ilalim ng kawali. Magdagdag ng sapat na tubig para lang isawsaw ang isda (mga 1 tasa / 250 ml) sa likido.

d) Ilagay ang kawali sa oven sa loob ng 10 hanggang 12 minuto, hanggang sa maluto ang isda. Alisin mula sa oven at hayaang lumamig sa temperatura ng kuwarto. Ang isda ay maaari na ngayong ihain, ngunit ito ay talagang mas mabuti pagkatapos ng isa o dalawang araw sa refrigerator. Bago ihain, tikman at magdagdag ng asin at paminta, kung kinakailangan, at palamutihan ng cilantro.

57. Butternut Squash at Tahini Spread

Gumagawa: 6 hanggang 8

MGA INGREDIENTS
- 1 napakalaking butternut squash (mga 2½ lb / 1.2 kg), binalatan at hiwa-hiwain (7 tasa / 970 g sa kabuuan)
- 3 kutsarang langis ng oliba
- 1 tsp ground cinnamon
- 5 tbsp / 70 g light tahini paste
- ½ tasa / 120 g Greek yogurt
- 2 maliit na cloves ng bawang, durog
- 1 tsp pinaghalong black and white sesame seeds (o puti lang, kung wala kang itim)
- 1½ tsp date syrup
- 2 kutsarang tinadtad na cilantro (opsyonal)
- asin

MGA TAGUBILIN
a) Painitin muna ang oven sa 400°F / 200°C.
b) Ikalat ang kalabasa sa isang medium roasting pan. Ibuhos ang langis ng oliba at iwiwisik ang kanela at ½ kutsarita ng asin. Paghaluin nang mabuti, takpan ng mahigpit ang kawali gamit ang aluminum foil, at inihaw sa oven sa loob ng 70 minuto, hinahalo nang isang beses sa panahon ng pagluluto. Alisin mula sa oven at hayaang lumamig.
c) Ilipat ang kalabasa sa isang food processor, kasama ang tahini, yogurt, at bawang. Halos pulso upang ang lahat ay pinagsama sa isang magaspang na paste, nang hindi nagiging makinis ang pagkalat; maaari mo ring gawin ito sa pamamagitan ng kamay gamit ang tinidor o potato masher.
d) Ikalat ang butternut sa isang kulot na pattern sa ibabaw ng isang patag na plato at iwiwisik ang mga buto ng linga, ambon sa ibabaw ng syrup, at tapusin sa cilantro, kung gagamitin.

58. Polpettone

Gumagawa: 8

MGA INGREDIENTS
- 3 malaking free-range na itlog
- 1 kutsarang tinadtad na flat-leaf parsley
- 2 tsp langis ng oliba
- 1 lb / 500 g giniling na karne ng baka
- 1 tasa / 100 g mumo ng tinapay
- ½ tasa / 60 g unsalted pistachios
- ½ tasa / 80 g gherkins (3 o 4), gupitin sa ⅜-pulgada / 1cm na piraso
- 7 oz / 200 g nilutong dila ng baka (o ham), hiniwa nang manipis
- 1 malaking karot, gupitin sa mga piraso
- 2 tangkay ng kintsay, gupitin
- 1 sanga ng thyme
- 2 dahon ng bay
- ½ sibuyas, hiniwa
- 1 tsp base ng stock ng manok
- kumukulong tubig, para magluto
- asin at sariwang giniling na itim na paminta

SALSINA VERDE
- 2 oz / 50 g flat-leaf parsley sprigs
- 1 sibuyas na bawang, durog
- 1 kutsarang capers
- 1 kutsarang sariwang kinatas na lemon juice
- 1 kutsarang puting alak na suka
- 1 malaking free-range na itlog, pinakuluang at binalatan
- ⅔ tasa / 150 ML ng langis ng oliba
- 3 kutsarang mumo ng tinapay, mas mabuti na sariwa
- asin at sariwang giniling na itim na paminta

MGA TAGUBILIN

a) Magsimula sa pamamagitan ng paggawa ng flat omelet. Pagsamahin ang 2 itlog, ang tinadtad na perehil, at isang pakurot ng asin. Init ang langis ng oliba sa isang malaking kawali (mga 11 pulgada / 28 cm ang lapad) sa katamtamang init at ibuhos ang mga itlog. Magluto ng 2 hanggang 3 minuto, nang hindi hinahalo, hanggang ang mga itlog ay maging manipis na omelet. Itabi para lumamig.

b) Sa isang malaking mangkok, paghaluin ang karne ng baka, mumo ng tinapay, pistachios, gherkin, ang natitirang itlog, 1 kutsarita ng asin, at ½ kutsarita ng paminta. Maglagay ng malaking malinis na tuwalya ng tsaa (maaaring gusto mong gumamit ng luma na hindi mo iniisip na alisin; ang paglilinis ay magiging isang bahagyang banta) sa ibabaw ng iyong trabaho. Ngayon kunin ang halo ng karne at ikalat ito sa tuwalya, hinuhubog ito gamit ang iyong mga kamay sa isang hugis-parihaba na disk, ⅜ pulgada / 1 cm ang kapal at humigit-kumulang 12 x 10 pulgada / 30 x 25 cm. Panatilihing malinaw ang mga gilid ng tela.

c) Takpan ang karne gamit ang mga hiwa ng dila, na nag-iiwan ng ¾ pulgada / 2 cm sa paligid ng gilid. Gupitin ang omelet sa 4 na malawak na piraso at ikalat ang mga ito nang pantay-pantay sa dila.

d) Iangat ang tela upang matulungan kang simulan ang paggulong ng karne papasok mula sa isa sa malalawak na gilid nito. Ipagpatuloy ang paggulong ng karne sa isang malaking hugis ng sausage, gamit ang tuwalya upang tulungan ka. Sa huli, gusto mo ng masikip, mala-jelly-roll na tinapay, na may giniling na baka sa labas at ang omelet sa gitna. Takpan ang tinapay gamit ang tuwalya, balutin ito ng mabuti upang ito ay selyado sa loob. Itali ang mga dulo ng string at isukbit ang anumang labis na tela sa ilalim ng log upang magkaroon ka ng mahigpit na pagkakatali.

e) Ilagay ang bundle sa loob ng malaking kawali o Dutch oven. Itapon ang carrot, celery, thyme, bay, onion, at stock base sa paligid ng tinapay at ibuhos ang kumukulong tubig upang halos matakpan ito. Takpan ang palayok na may takip at hayaang kumulo sa loob ng 2 oras.

f) Alisin ang tinapay mula sa kawali at itabi ito upang hayaang maubos ang ilan sa likido (ang poaching stock ay magiging isang mahusay na base ng sopas). Pagkatapos ng humigit-kumulang 30 minuto, maglagay ng mabigat na bagay sa ibabaw upang maalis ang higit pang mga katas. Kapag ito ay umabot sa temperatura ng silid, ilagay ang meat loaf sa refrigerator, na natatakpan pa rin ng tela, upang palamig nang husto, 3 hanggang 4 na oras.

g) Para sa sarsa, ilagay ang lahat ng sangkap sa isang food processor at pulso sa isang magaspang na pagkakapare-pareho (o, para sa isang simpleng hitsura, i-chop ang perehil, capers, at itlog sa pamamagitan ng kamay at haluin kasama ang iba pang mga sangkap). Tikman at ayusin ang pampalasa.

h) Upang ihain, alisin ang tinapay mula sa tuwalya, gupitin sa mga hiwa na ⅜ pulgada / 1 cm ang kapal, at ipatong sa isang serving plate. Ihain ang sarsa sa gilid.

59. Charred Okra with Tomato

Gumagawa ng: 2 BILANG PANIG

MGA INGREDIENTS
- 10½ oz / 300 g sanggol o napakaliit na okra
- 2 tbsp langis ng oliba, at higit pa kung kinakailangan
- 4 na butil ng bawang, hiniwa ng manipis
- ⅔ oz / 20 g preserved lemon peel (binili sa tindahan o tingnan ang recipe), gupitin sa ⅜-inch / 1cm wedges
- 3 maliit na kamatis (7 oz / 200 g sa kabuuan), gupitin sa 8 wedges, o kalahating cherry tomatoes
- 1½ tsp tinadtad na flat-leaf parsley
- 1½ tsp tinadtad na cilantro
- 1 kutsarang sariwang kinatas na lemon juice
- Maldon sea salt at freshly ground black pepper

MGA TAGUBILIN

a) Gamit ang isang maliit, matalim na kutsilyo ng prutas, gupitin ang mga okra pod, alisin ang tangkay sa itaas lamang ng pod upang hindi malantad ang mga buto.

b) Maglagay ng malaki at mabigat na ilalim na kawali sa mataas na apoy at mag-iwan ng ilang minuto. Kapag halos mainit na, itapon ang okra sa dalawang batch at tuyo-luto, nanginginig ang kawali paminsan-minsan, sa loob ng 4 na minuto bawat batch. Ang mga okra pod ay dapat magkaroon ng paminsan-minsang madilim na paltos.

c) Ibalik ang lahat ng charred okra sa kawali at idagdag ang olive oil, bawang, at preserved lemon. Paghaluin sa loob ng 2 minuto, nanginginig ang kawali. Bawasan ang init sa katamtaman at idagdag ang mga kamatis, 2 kutsarang tubig, ang tinadtad na damo, lemon juice, at ½ kutsarita ng asin at ilang itim na paminta. Paghaluin ang lahat nang malumanay, upang ang mga kamatis ay hindi masira, at magpatuloy sa pagluluto ng 2 hanggang 3 minuto, hanggang sa ang mga kamatis ay uminit. Ilipat sa isang serving dish, ibuhos ng mas maraming langis ng oliba, magdagdag ng isang pagwiwisik ng asin, at ihain.

60. Nasunog na Talong na may Mga Buto ng Pomegranate

Gumagawa ng: 4 BILANG BAHAGI NG MEZE PLATE

MGA INGREDIENTS
- 4 na malalaking talong (3¼ lb / 1.5 kg bago lutuin; 2½ tasa / 550 g pagkatapos masunog at maubos ang laman)
- 2 cloves bawang, durog
- gadgad na sarap ng 1 lemon at 2 kutsarang sariwang kinatas na lemon juice
- 5 kutsarang langis ng oliba
- 2 tbsp tinadtad na flat-leaf parsley
- 2 kutsarang tinadtad na mint
- buto ng ½ malaking granada (½ tasa / 80 g sa kabuuan)
- asin at sariwang giniling na itim na paminta

MGA TAGUBILIN
a) Kung mayroon kang saklaw ng gas, lagyan ng aluminum foil ang base upang protektahan ito, na panatilihing nakalantad lamang ang mga burner. Direktang ilagay ang mga talong sa apat na magkahiwalay na gas burner na may katamtamang apoy at igisa sa loob ng 15 hanggang 18 minuto, hanggang sa masunog ang balat at patumpik-tumpik at malambot ang laman. Gumamit ng mga metal na sipit upang iikot ang mga ito paminsan-minsan. Bilang kahalili, markahan ang mga talong gamit ang isang kutsilyo sa ilang mga lugar, mga ¾ pulgada / 2 cm ang lalim, at ilagay sa isang baking sheet sa ilalim ng mainit na broiler nang halos isang oras. Iikot ang mga ito tuwing 20 minuto o higit pa at magpatuloy sa pagluluto kahit na pumutok at masira.

b) Alisin ang mga talong mula sa apoy at hayaang lumamig nang bahagya. Kapag sapat na ang lamig upang mahawakan, gupitin ang isang siwang sa bawat talong at sabunan ang malambot na laman, hatiin ito gamit ang iyong mga kamay sa mahabang manipis na piraso. Itapon ang balat. Patuyuin ang laman sa isang colander nang hindi bababa sa isang oras, mas mabuti na mas matagal, upang maalis ang mas maraming tubig hangga't maaari.

c) Ilagay ang pulp ng talong sa isang medium na mangkok at idagdag ang bawang, lemon zest at juice, langis ng oliba, ½ kutsarita ng asin, at isang magandang giling ng itim na paminta. Haluin at hayaang mag-marinate ang talong sa temperatura ng kuwarto nang hindi bababa sa isang oras.

d) Kapag handa ka nang ihain, ihalo ang karamihan sa mga halamang gamot at lasa ng pampalasa. Itambak nang mataas sa isang serving plate, ikalat ang mga buto ng granada, at palamutihan ng natitirang mga halamang gamot.

61. Tabbouleh

Gumagawa ng: 4 NA MADALANG

MGA INGREDIENTS
- ½ tasa / 30 g pinong bulgur na trigo
- 2 malalaking kamatis, hinog ngunit matigas (10½ oz / 300 g sa kabuuan)
- 1 shallot, pinong tinadtad (3 tbsp / 30 g sa kabuuan)
- 3 kutsarang sariwang kinatas na lemon juice, kasama ng kaunting dagdag para matapos
- 4 na malalaking bungkos na flat-leaf parsley (5½ oz / 160 g sa kabuuan)
- 2 bungkos ng mint (1 oz / 30 g sa kabuuan)
- 2 tsp ground allspice
- 1 tsp baharat spice mix (binili sa tindahan o tingnan ang recipe)
- ½ tasa / 80 ml pinakamataas na kalidad ng langis ng oliba
- mga buto ng halos ½ malaking granada (½ tasa / 70 g sa kabuuan), opsyonal
- asin at sariwang giniling na itim na paminta

MGA TAGUBILIN
a) Ilagay ang bulgur sa isang pinong salaan at patakbuhin sa ilalim ng malamig na tubig hanggang ang tubig na dumaraan ay magmukhang malinaw at karamihan sa almirol ay maalis. Ilipat sa isang malaking mangkok ng paghahalo.
b) Gumamit ng maliit na serrated na kutsilyo upang gupitin ang mga kamatis sa ¼ pulgada / 0.5 cm ang kapal. Gupitin ang bawat hiwa sa ¼-inch / 0.5cm na piraso at pagkatapos ay sa mga dice. Idagdag ang mga kamatis at ang kanilang mga juice sa mangkok, kasama ang shallot at lemon juice at haluing mabuti.
c) Kumuha ng ilang sprigs ng perehil at i-pack ang mga ito nang mahigpit. Gumamit ng malaki at napakatalim na kutsilyo para putulin ang karamihan sa mga tangkay at itapon. Ngayon, gamitin ang kutsilyo upang itaas ang mga tangkay at dahon, unti-

unting "pagpapakain" ang kutsilyo upang gutayin ang parsley nang pinong-pino hangga't maaari at subukang maiwasan ang pagputol ng mga piraso na mas lapad kaysa 1/16 pulgada / 1 mm. Idagdag sa mangkok.

d) Kunin ang mga dahon ng mint mula sa mga tangkay, mag-impake ng ilang magkasama nang mahigpit, at gutayin ang mga ito nang pino gaya ng ginawa mo sa perehil; huwag masyadong tadtarin dahil malamang na mawalan ng kulay. Idagdag sa mangkok.

e) Panghuli, idagdag ang allspice, baharat, langis ng oliba, granada, kung ginagamit, at ilang asin at paminta. Tikman, at magdagdag ng higit pang asin at paminta kung gusto mo, posibleng kaunting lemon juice, at ihain.

62. Inihaw na patatas na may caramel at prun

Gumagawa: 4

MGA INGREDIENTS
- 2¼ lb / 1 kg floury patatas, gaya ng russet
- ½ tasa / 120 ML na taba ng gansa
- 5 oz / 150 g buong malambot na Agen prun, pitted
- ½ tasa / 90 g superfine sugar
- 3½ kutsara / 50 ML ng tubig na may yelo
- asin

MGA TAGUBILIN

a) Painitin muna ang oven sa 475°F / 240°C.

b) Balatan ang mga patatas, iwanan ang mga maliliit na buo at hatiin ang mga mas malaki, upang makakuha ka ng mga piraso na humigit-kumulang 2 oz / 60 g. Banlawan sa ilalim ng malamig na tubig, pagkatapos ay ilagay ang mga patatas sa isang malaking kawali na may maraming sariwang malamig na tubig. Pakuluan, at kumulo ng 8 hanggang 10 minuto. Patuyuin nang mabuti ang mga patatas, pagkatapos ay kalugin ang colander upang maging magaspang ang mga gilid nito.

c) Ilagay ang taba ng gansa sa isang kawali at init sa oven hanggang sa umusok, mga 8 minuto. Maingat na alisin ang kawali mula sa oven at idagdag ang pinakuluang patatas sa mainit na taba na may mga metal na sipit, igulong ang mga ito sa taba habang ginagawa mo ito. Dahan-dahang ilagay ang kawali sa pinakamataas na rack ng oven at lutuin ng 50 hanggang 65 minuto, o hanggang ang mga patatas ay ginintuang at malutong sa labas. Paulit-ulit ang mga ito paminsan-minsan habang nagluluto.

d) Kapag halos handa na ang mga patatas, alisin ang tray mula sa oven at ilagay ito sa isang mangkok na hindi tinatablan ng init upang alisin ang karamihan sa taba. Magdagdag ng ½ kutsarita ng asin at prun at ihalo nang malumanay. Ibalik sa oven para sa isa pang 5 minuto.

e) Sa panahong ito, gawin ang karamelo. Ilagay ang asukal sa isang malinis, mabigat na ilalim na kasirola at ilagay sa mahinang apoy. Nang hindi hinahalo, panoorin ang asukal na nagiging kulay ng karamelo. Siguraduhing panatilihin ang iyong mga mata sa asukal sa lahat ng oras. Sa sandaling maabot mo ang kulay na ito, alisin ang kawali mula sa init. Hawakan ang kawali sa isang ligtas na distansya mula sa iyong mukha, mabilis na ibuhos ang may yelong tubig sa karamelo upang pigilan ito sa pagluluto. Ibalik sa init at haluin para alisin ang anumang bukol ng asukal.

f) Bago ihain, ihalo ang karamelo sa mga patatas at prun. Ilipat sa isang serving bowl at kumain nang sabay-sabay.

63. Swiss Chard na may Tahini, Yogurt, at Buttered Pine Nuts

Gumagawa: 4

MGA INGREDIENTS
- 2¾ lb / 1.3 kg Swiss chard
- 2½ kutsara / 40 g unsalted butter
- 2 kutsarang langis ng oliba, dagdag pa para matapos
- 5 kutsara / 40 g ng mga pine nuts
- 2 maliit na clove ng bawang, hiniwa nang napakanipis
- ¼ tasa / 60 ML dry white wine
- matamis na paprika, upang palamutihan (opsyonal)
- asin at sariwang giniling na itim na paminta

TAHINI & YOGURT SAUCE
- 3½ tbsp / 50 g light tahini paste
- 4½ kutsara / 50 g Greek yogurt
- 2 kutsarang sariwang kinatas na lemon juice
- 1 sibuyas na bawang, durog
- 2 kutsarang tubig

MGA TAGUBILIN

a) Magsimula sa sarsa. Ilagay ang lahat ng mga sangkap sa isang daluyan na mangkok, magdagdag ng isang pakurot ng asin, at haluing mabuti gamit ang isang maliit na whisk hanggang sa makakuha ka ng isang makinis, semistiff paste. Itabi.

b) Gumamit ng isang matalim na kutsilyo upang paghiwalayin ang mga puting tangkay ng chard mula sa berdeng mga dahon at gupitin ang dalawa sa mga hiwa na ¾ pulgada / 2 cm ang lapad, pinapanatili silang magkahiwalay. Pakuluan ang isang malaking kawali ng inasnan na tubig at idagdag ang mga tangkay ng chard. Pakuluan ng 2 minuto, idagdag ang mga dahon, at lutuin ng isa pang minuto. Patuyuin at banlawan ng mabuti sa ilalim ng malamig na tubig. Hayaang maubos ang tubig at pagkatapos ay gamitin ang iyong mga kamay upang pisilin ang chard hanggang sa ganap itong matuyo.

c) Ilagay ang kalahati ng mantikilya at ang 2 kutsarang langis ng oliba sa isang malaking kawali at ilagay sa katamtamang init. Kapag mainit, idagdag ang mga pine nuts at ihagis ang mga ito sa kawali hanggang sa ginintuang, mga 2 minuto. Gumamit ng slotted na kutsara upang alisin ang mga ito mula sa kawali, pagkatapos ay ihagis ang bawang. Magluto ng halos isang minuto, hanggang sa magsimula itong maging ginintuang. Maingat (ito ay dumura!) Ibuhos ang alak. Mag-iwan ng isang minuto o mas kaunti, hanggang sa bumaba ito sa halos isang-katlo. Idagdag ang chard at ang natitirang mantikilya at lutuin sa loob ng 2 hanggang 3 minuto, paminsan-minsang pagpapakilos, hanggang sa maging mainit ang chard. Timplahan ng ½ kutsarita ng asin at ilang itim na paminta.

d) Hatiin ang chard sa mga indibidwal na serving bowl, sandok ng tahini sauce sa ibabaw, at ikalat ang mga pine nuts. Panghuli, ibuhos ang langis ng oliba at budburan ng kaunting paprika, kung gusto mo.

64. Saffron Rice na may Barberry, Pistachio, at Mixed Herbs

Gumagawa: 6

MGA INGREDIENTS
- 2½ kutsara / 40 g unsalted butter
- 2 tasa / 360 g basmati rice, banlawan sa ilalim ng malamig na tubig at pinatuyo ng mabuti
- 2⅓ tasa / 560 ml na kumukulong tubig
- 1 tsp saffron thread, ibabad sa 3 tbsp na tubig na kumukulo sa loob ng 30 minuto
- ¼ tasa / 40 g pinatuyong barberry, ibabad ng ilang minuto sa kumukulong tubig na may isang kurot ng asukal
- 1 oz / 30 g dill, tinadtad nang magaspang
- ⅔ oz / 20 g chervil, tinadtad nang magaspang
- ⅓ oz / 10 g tarragon, tinadtad nang magaspang
- ½ tasa / 60 g hiniwa o dinurog na unsalted na pistachio, bahagyang inihaw
- asin at sariwang giniling na puting paminta

MGA TAGUBILIN

a) Matunaw ang mantikilya sa isang katamtamang kasirola at pukawin ang kanin, siguraduhin na ang mga butil ay mahusay na pinahiran ng mantikilya. Idagdag ang kumukulong tubig, 1 kutsarita ng asin, at ilang puting paminta. Paghaluin nang mabuti, takpan ng mahigpit na angkop na takip, at hayaang maluto sa napakababang apoy sa loob ng 15 minuto. Huwag matuksong alisan ng takip ang kawali; kailangan mong payagang mag-steam ng maayos ang bigas.

b) Alisin ang kawali mula sa apoy-lahat ng tubig ay nasisipsip ng bigas-at ibuhos ang tubig na safron sa isang bahagi ng bigas, na sumasakop sa halos isang-kapat ng ibabaw at iiwan ang karamihan sa mga ito ay puti. Takpan kaagad ang kawali gamit ang isang tea towel at muling isara nang mahigpit gamit ang takip. Itabi ng 5 hanggang 10 minuto.

c) Gumamit ng isang malaking kutsara upang alisin ang puting bahagi ng bigas sa isang malaking mangkok ng paghahalo at i-fluff ito gamit ang isang tinidor. Alisan ng tubig ang mga barberry at pukawin ang mga ito, na sinusundan ng mga halamang gamot at karamihan sa mga pistachio, na nag-iiwan ng kaunti upang palamuti. Haluing mabuti. Hilumin ang saffron rice gamit ang isang tinidor at dahan-dahang itupi ito sa puting bigas. Huwag mag-overmix—ayaw mong mabahiran ng dilaw ang puting butil. Tikman at ayusin ang pampalasa. Ilipat ang bigas sa isang mababaw na serving bowl at ikalat ang natitirang pistachio sa ibabaw. Ihain nang mainit o sa temperatura ng kuwarto.

65. Sabih

Gumagawa: 4

MGA INGREDIENTS
- 2 malalaking talong (mga 1⅔ lb / 750 g sa kabuuan)
- mga 1¼ tasa / 300 ML ng langis ng mirasol
- 4 na hiwa ng magandang kalidad na puting tinapay, toasted, o sariwa at basa-basa na mini pitas
- 1 tasa / 240 ml na sarsa ng Tahini
- 4 na malalaking free-range na itlog, pinakuluang, binalatan, at hiniwa sa ⅜-pulgada / 1cm makapal na hiwa o pinaghiwa-hiwalay
- mga 4 tbsp Zhoug
- amba o malasang mango pickle (opsyonal)
- asin at sariwang giniling na itim na paminta

tinadtad na salad
- 2 katamtamang hinog na kamatis, gupitin sa ⅜-pulgada / 1cm dice (mga 1 tasa / 200 g sa kabuuan)
- 2 mini cucumber, gupitin sa ⅜-pulgada / 1cm dice (mga 1 tasa / 120 g sa kabuuan)
- 2 berdeng sibuyas, hiniwa nang manipis
- 1½ kutsarang tinadtad na flat-leaf parsley
- 2 tsp sariwang kinatas na lemon juice
- 1½ kutsarang langis ng oliba

MGA TAGUBILIN

a) Gumamit ng vegetable peeler upang alisan ng balat ang mga piraso ng balat ng talong mula sa itaas hanggang sa ibaba, na iniiwan ang mga talong na may mga papalit-palit na piraso ng itim na balat at puting laman, na parang zebra. Gupitin ang parehong mga eggplants sa lapad na hiwa na 1 pulgada / 2.5 cm ang kapal. Budburan ang mga ito ng asin sa magkabilang panig, pagkatapos ay ikalat ang mga ito sa isang baking sheet at hayaang tumayo ng hindi bababa sa 30 minuto upang maalis ang ilang tubig. Gumamit ng mga tuwalya ng papel upang punasan ang mga ito.

b) Init ang langis ng mirasol sa isang malawak na kawali. Maingat—tumalsik ang mantika—iprito ang mga hiwa ng talong nang paisa-isa hanggang sa maganda at madilim, paikutin nang isang beses, 6 hanggang 8 minuto ang kabuuan. Magdagdag ng mantika kung kinakailangan habang niluluto mo ang mga batch. Kapag tapos na, ang mga piraso ng talong ay dapat na ganap na malambot sa gitna. Alisin mula sa kawali at alisan ng tubig sa mga tuwalya ng papel.

c) Gawin ang tinadtad na salad sa pamamagitan ng paghahalo ng lahat ng sangkap at pampalasa na may asin at paminta ayon sa panlasa.

d) Bago ihain, maglagay ng 1 hiwa ng tinapay o pita sa bawat plato. Sandok ng 1 kutsara ng tahini sauce sa bawat hiwa, pagkatapos ay ayusin ang mga hiwa ng talong sa itaas, na magkakapatong. Ibuhos ang ilan pang tahini ngunit hindi ganap na natatakpan ang mga hiwa ng talong. Timplahan ng asin at paminta ang bawat hiwa ng itlog at ilagay sa ibabaw ng talong. Magpahid ng tahini sa ibabaw at sandok ng mas maraming zhoug hangga't gusto mo; ingat ka, ang init! Sandok din ang mango pickle, kung gusto mo. Ihain ang vegetable salad sa gilid, sandok ng ilan sa ibabaw ng bawat serving kung ninanais.

66. Mejadra

Gumagawa: 6

MGA INGREDIENTS
- 1¼ tasa / 250 g berde o kayumanggi lentil
- 4 katamtamang sibuyas (1½ lb / 700 g bago balatan)
- 3 kutsarang all-purpose na harina
- mga 1 tasa / 250 ML ng langis ng mirasol
- 2 tsp buto ng kumin
- 1½ kutsarang buto ng kulantro
- 1 tasa / 200 g basmati rice
- 2 kutsarang langis ng oliba
- ½ tsp giniling na turmeric
- 1½ tsp ground allspice
- 1½ tsp ground cinnamon
- 1 tsp asukal
- 1½ tasa / 350 ML ng tubig
- asin at sariwang giniling na itim na paminta

MGA TAGUBILIN

a) Ilagay ang mga lentil sa isang maliit na kasirola, takpan ng maraming tubig, pakuluan, at lutuin ng 12 hanggang 15 minuto, hanggang sa lumambot ang lentil ngunit mayroon pa ring kaunting kagat. Patuyuin at itabi.

b) Balatan ang mga sibuyas at hiwain ng manipis. Ilagay sa isang malaking flat plate, budburan ng harina at 1 kutsarita ng asin, at haluing mabuti gamit ang iyong mga kamay. Init ang langis ng mirasol sa isang medium heavy-bottomed saucepan na inilagay sa mataas na init. Siguraduhing mainit ang mantika sa pamamagitan ng paghahagis ng isang maliit na piraso ng sibuyas; dapat itong sumirit nang malakas. Bawasan ang init sa medium-high at maingat (maaaring dumura!) Idagdag ang isang-katlo ng hiniwang sibuyas. Magprito ng 5 hanggang 7 minuto, hinahalo paminsan-minsan gamit ang slotted na kutsara, hanggang sa maging maganda ang kulay ng sibuyas na ginintuang kayumanggi at maging malutong (ayusin ang temperatura para hindi masyadong mabilis magprito at masunog ang sibuyas). Gamitin ang kutsara upang ilipat ang sibuyas sa isang colander na nilagyan ng mga tuwalya ng papel at budburan ng kaunting asin. Gawin ang parehong sa iba pang dalawang batch ng sibuyas; magdagdag ng kaunting langis kung kinakailangan.

c) Punasan ng malinis ang kasirola kung saan mo pinirito ang sibuyas at ilagay ang mga buto ng kumin at kulantro. Ilagay sa katamtamang init at i-toast ang mga buto sa loob ng isang minuto o dalawa. Idagdag ang bigas, olive oil, turmeric, allspice, cinnamon, asukal, ½ kutsarita ng asin, at maraming itim na paminta. Haluin para malagyan ng mantika ang kanin at pagkatapos ay idagdag ang nilutong lentil at tubig. Pakuluan, takpan ng takip, at kumulo sa napakababang apoy sa loob ng 15 minuto.

d) Alisin mula sa apoy, alisin ang takip, at mabilis na takpan ang kawali gamit ang malinis na tuwalya ng tsaa. Takpan nang mahigpit ang takip at itabi sa loob ng 10 minuto.

e) Panghuli, idagdag ang kalahati ng piniritong sibuyas sa kanin at lentil at malumanay na haluin gamit ang isang tinidor. Itambak ang pinaghalong sa isang mababaw na serving bowl at itaas ang natitirang bahagi ng sibuyas.

67. Wheat Berries at Swiss Chard na may Pomegranate Molasses

Gumagawa: 4

MGA INGREDIENTS
- 1⅓ lb / 600 g Swiss chard o rainbow chard
- 2 kutsarang langis ng oliba
- 1 kutsarang unsalted butter
- 2 malalaking leeks, puti at maputlang berdeng bahagi, hiniwa nang manipis (3 tasa / 350 g sa kabuuan)
- 2 tbsp light brown sugar
- mga 3 tbsp granada molasses
- 1¼ tasa / 200 g hinukay o hindi hinukay na mga berry ng trigo
- 2 tasa / 500 ML stock ng manok
- asin at sariwang giniling na itim na paminta
- Greek yogurt, upang ihain

MGA TAGUBILIN

a) Paghiwalayin ang mga puting tangkay ng chard mula sa berdeng dahon gamit ang isang maliit, matalim na kutsilyo. Hiwain ang mga tangkay sa ⅜-inch / 1cm na hiwa at ang mga dahon sa ¾-inch / 2cm na hiwa.

b) Init ang mantika at mantikilya sa isang malaking makapal na ilalim na kawali. Idagdag ang mga leeks at lutuin, pagpapakilos, sa loob ng 3 hanggang 4 na minuto. Idagdag ang chard stalks at lutuin ng 3 minuto, pagkatapos ay idagdag ang mga dahon at lutuin ng karagdagang 3 minuto. Idagdag ang asukal, 3 kutsarang pomegranate molasses, at ang wheat berries at ihalo nang mabuti. Idagdag ang stock, ¾ kutsarita ng asin, at ilang itim na paminta, dalhin sa mahinang kumulo, at lutuin sa mahinang apoy, na sakop, sa loob ng 60 hanggang 70 minuto. Ang trigo ay dapat na al dente sa puntong ito.

c) Alisin ang takip at, kung kinakailangan, dagdagan ang init at payagan ang anumang natitirang likido na sumingaw. Ang base ng kawali ay dapat na tuyo at may kaunting sinunog na karamelo dito. Alisin mula sa init.

d) Bago ihain, tikman at magdagdag ng higit pang pulot, asin, at paminta kung kinakailangan; gusto mo itong matalas at matamis, kaya huwag kang mahiya sa iyong pulot. Ihain nang mainit-init, na may isang maliit na piraso ng Greek yogurt.

68. Balilah

Gumagawa: 4

MGA INGREDIENTS
- 1 tasa / 200 g pinatuyong chickpeas
- 1 tsp baking soda
- 1 tasa / 60 g tinadtad na flat-leaf parsley
- 2 berdeng sibuyas, hiniwa nang manipis
- 1 malaking lemon
- 3 kutsarang langis ng oliba
- 2½ tsp giniling na kumin
- asin at sariwang giniling na itim na paminta

MGA TAGUBILIN

a) Sa gabi bago, ilagay ang mga chickpeas sa isang malaking mangkok at takpan ng malamig na tubig ng hindi bababa sa dalawang beses sa kanilang dami. Idagdag ang baking soda at iwanan sa temperatura ng kuwarto upang magbabad magdamag.

b) Alisan ng tubig ang mga chickpeas at ilagay ang mga ito sa isang malaking kasirola. Takpan ng maraming malamig na tubig at ilagay sa mataas na init. Pakuluan, sagarin ang ibabaw ng tubig, pagkatapos ay bawasan ang apoy at kumulo ng 1 hanggang 1½ oras, hanggang ang mga chickpeas ay napakalambot ngunit nananatili pa rin ang kanilang hugis.

c) Habang nagluluto ang mga chickpeas, ilagay ang perehil at berdeng sibuyas sa isang malaking mangkok ng paghahalo. Balatan ang lemon sa pamamagitan ng paglalagay sa ibabaw at pagbuntot nito, paglalagay sa isang tabla, at pagpapatakbo ng isang maliit na matalim na kutsilyo sa mga kurba nito upang alisin ang balat at puting umbok. Itapon ang balat, umbok, at buto at gupitin ang laman. Idagdag ang laman at lahat ng juice sa mangkok.

d) Kapag handa na ang mga chickpeas, alisan ng tubig at idagdag ang mga ito sa mangkok habang sila ay mainit pa. Idagdag ang langis ng oliba, kumin, ¾ kutsarita ng asin, at isang magandang giling ng paminta. Haluing mabuti. Hayaang lumamig hanggang mainit lang, tikman ang pampalasa, at ihain.

69. Basmati rice at orzo

Gumagawa: 6

MGA INGREDIENTS
- 1⅓ tasa / 250 g basmati rice
- 1 kutsarang tinunaw na ghee o unsalted butter
- 1 kutsarang langis ng mirasol
- ½ tasa / 85 g orzo
- 2½ tasa / 600 ML stock ng manok
- 1 tsp asin

MGA TAGUBILIN
a)   Hugasan ng mabuti ang basmati rice, pagkatapos ay ilagay sa isang malaking mangkok at takpan ng maraming malamig na tubig. Hayaang magbabad ng 30 minuto, pagkatapos ay alisan ng tubig.

b)   Init ang ghee at mantika sa medium-high heat sa isang medium heavy-bottomed saucepan kung saan mayroon kang takip. Idagdag ang orzo at igisa sa loob ng 3 hanggang 4 na minuto, hanggang ang mga butil ay maging madilim na ginintuang. Idagdag ang stock, pakuluan, at lutuin ng 3 minuto. Idagdag ang pinatuyo na kanin at asin, pakuluan, haluin nang isa o dalawang beses, takpan ang kawali, at kumulo sa napakababang apoy sa loob ng 15 minuto. Huwag matuksong alisan ng takip ang kawali; kailangan mong payagang mag-steam ng maayos ang bigas.

c)   Patayin ang apoy, alisin ang takip, at mabilis na takpan ang kawali gamit ang malinis na tea towel. Ilagay muli ang takip sa ibabaw ng tuwalya at mag-iwan ng 10 minuto. Hilumin ang kanin gamit ang tinidor bago ihain.

70. Basmati at Wild Rice na may mga Chickpeas, Currant, at Herb

Gumagawa: 6

MGA INGREDIENTS
- ⅓ tasa / 50 g ligaw na bigas
- 2½ kutsarang langis ng oliba
- bilugan 1 tasa / 220 g basmati rice
- 1½ tasa / 330 ML ng tubig na kumukulo
- 2 tsp buto ng kumin
- 1½ tsp curry powder
- 1½ tasa / 240 g niluto at pinatuyo na mga chickpeas (masarap ang de-latang)
- ¾ tasa / 180 ML ng langis ng mirasol
- 1 katamtamang sibuyas, hiniwa ng manipis
- 1½ tsp all-purpose na harina
- ⅔ tasa / 100 g ng mga currant
- 2 tbsp tinadtad na flat-leaf parsley
- 1 kutsarang tinadtad na cilantro
- 1 kutsarang tinadtad na dill
- asin at sariwang giniling na itim na paminta

MGA TAGUBILIN

a) Magsimula sa pamamagitan ng paglalagay ng ligaw na bigas sa isang maliit na kasirola, takpan ng maraming tubig, pakuluan, at hayaang kumulo ng mga 40 minuto, hanggang sa maluto ang bigas ngunit medyo matigas pa rin. Patuyuin at itabi.

b) Upang lutuin ang basmati rice, ibuhos ang 1 kutsara ng langis ng oliba sa isang katamtamang kasirola na may mahigpit na angkop na takip at ilagay sa mataas na init. Idagdag ang kanin at ¼ kutsarita ng asin at haluin habang pinapainit mo ang kanin. Maingat na idagdag ang kumukulong tubig, bawasan ang init sa napakababa, takpan ang kawali gamit ang takip, at hayaang magluto ng 15 minuto.

c) Alisin ang kawali mula sa apoy, takpan ng malinis na tuwalya ng tsaa at pagkatapos ay ang takip, at iwanan ang apoy sa loob ng 10 minuto.

d) Habang nagluluto ang kanin, ihanda ang mga chickpeas. Init ang natitirang 1½ kutsarang langis ng oliba sa isang maliit na kasirola sa mataas na apoy. Idagdag ang cumin seeds at curry powder, maghintay ng ilang segundo, at pagkatapos ay idagdag ang chickpeas at ¼ kutsarita ng asin; siguraduhing gawin mo ito nang mabilis o ang mga pampalasa ay maaaring masunog sa mantika. Haluin sa apoy sa loob ng isa o dalawa, para lang mapainit ang mga chickpeas, pagkatapos ay ilipat sa isang malaking mixing bowl.

e) Punasan ang kasirola na malinis, ibuhos ang langis ng mirasol, at ilagay sa mataas na init. Siguraduhing mainit ang mantika sa pamamagitan ng paghahagis ng isang maliit na piraso ng sibuyas; dapat itong sumirit nang malakas. Gamitin ang iyong mga kamay upang paghaluin ang sibuyas sa harina upang bahagyang balutin ito. Kumuha ng kaunting sibuyas at maingat (maaaring dumura!) ilagay ito sa mantika. Magprito ng 2 hanggang 3 minuto, hanggang sa ginintuang kayumanggi, pagkatapos ay ilipat sa mga tuwalya ng papel upang maubos at budburan ng asin. Ulitin sa mga batch hanggang ang lahat ng sibuyas ay pinirito.

f) Panghuli, idagdag ang parehong uri ng kanin sa chickpeas at pagkatapos ay idagdag ang mga currant, herbs, at pritong sibuyas. Haluin, tikman, at magdagdag ng asin at paminta ayon sa gusto mo. Ihain nang mainit o sa temperatura ng kuwarto.

71. Barley Risotto na may Marinated Feta

Gumagawa: 4

MGA INGREDIENTS
- 1 tasa / 200 g perlas barley
- 2 tbsp / 30 g unsalted butter
- 6 tbsp / 90 ML ng langis ng oliba
- 2 maliit na tangkay ng kintsay, gupitin sa ¼-pulgada / 0.5cm na dice
- 2 maliit na shallots, gupitin sa ¼-inch / 0.5cm dice
- 4 na clove ng bawang, gupitin sa 1/16-inch / 2mm dice
- 4 na sanga ng thyme
- ½ tsp pinausukang paprika
- 1 dahon ng bay
- 4 na piraso ng balat ng lemon
- ¼ tsp chile flakes
- isang 14-oz / 400g lata ng tinadtad na kamatis
- 3 tasa / 700 ML stock ng gulay
- 1¼ tasa / 300 ml passata (sieved durog na kamatis)
- 1 kutsarang buto ng caraway
- 10½ oz / 300 g feta cheese, nahati sa humigit-kumulang ¾-pulgada / 2cm na piraso
- 1 kutsarang sariwang dahon ng oregano
- asin

MGA TAGUBILIN

a) Banlawan ng mabuti ang pearl barley sa ilalim ng malamig na tubig at hayaang maubos.

b) Matunaw ang mantikilya at 2 kutsara ng langis ng oliba sa isang napakalaking kawali at lutuin ang kintsay, shallots, at bawang sa mahinang apoy sa loob ng 5 minuto, hanggang malambot. Idagdag ang barley, thyme, paprika, bay leaf, lemon peel, chile flakes, mga kamatis, stock, passata, at asin. Haluin upang pagsamahin. Pakuluan ang pinaghalong, pagkatapos ay bawasan sa isang napaka banayad na kumulo at lutuin ng 45 minuto, madalas na pagpapakilos upang matiyak na ang risotto ay hindi sumasakop sa ilalim ng kawali. Kapag handa na, ang barley ay dapat na malambot at karamihan sa likido ay hinihigop.

c) Samantala, i-toast ang mga buto ng caraway sa isang tuyong kawali sa loob ng ilang minuto. Pagkatapos ay bahagyang durugin ang mga ito upang ang ilang mga buong buto ay manatili. Idagdag ang mga ito sa feta kasama ang natitirang 4 na kutsara / 60 ML ng langis ng oliba at dahan-dahang ihalo upang pagsamahin.

d) Kapag handa na ang risotto, suriin ang panimpla at pagkatapos ay hatiin ito sa apat na mababaw na mangkok. Ibabaw ang bawat isa ng inatsara na feta, kabilang ang mantika, at isang pagwiwisik ng dahon ng oregano.

72. Conchiglie na may Yogurt, Peas, at Chile

Gumagawa: 6

MGA INGREDIENTS
- 2½ tasa / 500 g Greek yogurt
- ⅔ tasa / 150 ML ng langis ng oliba
- 4 cloves na bawang, durog
- 1 lb / 500 g sariwa o lasaw na frozen na mga gisantes
- 1 lb / 500 g conchiglie pasta
- ½ tasa / 60 g ng mga pine nuts
- 2 tsp Turkish o Syrian chile flakes (o mas kaunti, depende sa kung gaano sila maanghang)
- 1⅔ tasa / 40 g dahon ng basil, gutay-gutay
- 8 oz / 240 g feta cheese, pinaghiwa-hiwalay
- asin at sariwang giniling na puting paminta

MGA TAGUBILIN

a) Ilagay ang yogurt, 6 na kutsara / 90 ml ng langis ng oliba, ang bawang, at ⅔ tasa / 100 g ng mga gisantes sa isang food processor. Blitz sa isang pare-parehong maputlang berdeng sarsa at ilipat sa isang malaking mixing bowl.

b) Lutuin ang pasta sa maraming inasnan na tubig na kumukulo hanggang al dente. Habang nagluluto ang pasta, init ang natitirang langis ng oliba sa isang maliit na kawali sa katamtamang init. Idagdag ang mga pine nuts at chile flakes at iprito sa loob ng 4 na minuto, hanggang ang mga mani ay maging ginintuang at ang mantika ay malalim na pula. Gayundin, painitin ang natitirang mga gisantes sa ilang tubig na kumukulo, pagkatapos ay alisan ng tubig.

c) Patuyuin ang nilutong pasta sa isang colander, iling mabuti upang maalis ang tubig, at unti-unting idagdag ang pasta sa sarsa ng yogurt; Ang pagdaragdag nito nang sabay-sabay ay maaaring maging sanhi ng pagkahati ng yogurt. Idagdag ang mainit na mga gisantes, basil, feta, 1 kutsarita ng asin, at ½ kutsarita na puting paminta. Ihagis nang dahan-dahan, ilipat sa mga indibidwal na mangkok, at kutsara ang mga pine nuts at ang kanilang langis.

73. Maqluba

Gumawa ng: 4 HANGGANG 6

MGA INGREDIENTS
- 2 medium na talong (1½ lb / 650 g sa kabuuan), gupitin sa ¼-pulgada / 0.5cm na hiwa
- 1⅔ tasa / 320 g basmati rice
- 6 hanggang 8 na walang buto na hita ng manok, na may balat, mga 1¾ lb / 800 g sa kabuuan
- 1 malaking sibuyas, i-quartered ang haba
- 10 black peppercorns
- 2 dahon ng bay
- 4 tasa / 900 ML ng tubig
- langis ng mirasol, para sa Pagprito
- 1 medium cauliflower (1 lb / 500 g), nahahati sa malalaking florets
- tinunaw na mantikilya, para sa pagpapadulas ng kawali
- 3 hanggang 4 na katamtamang hinog na kamatis (12 oz / 350 g sa kabuuan), gupitin sa ¼-pulgada / 0.5cm makapal na mga hiwa
- 4 na malalaking clove ng bawang, hatiin
- 1 tsp giniling na turmerik
- 1 tsp ground cinnamon
- 1 tsp ground allspice
- ¼ tsp sariwang giniling na itim na paminta
- 1 tsp baharat spice mix (binili sa tindahan o tingnan ang recipe)
- 3½ tbsp / 30 g pine nuts, pinirito sa 1 tbsp / 15 g ghee o unsalted butter hanggang sa ginintuang
- Yogurt na may pipino , upang ihain
- asin

MGA TAGUBILIN

a) Ilagay ang mga hiwa ng talong sa mga tuwalya ng papel, budburan ng asin sa magkabilang panig, at mag-iwan ng 20 minuto upang mawala ang kaunting tubig.

b) Hugasan ang bigas at ibabad sa maraming malamig na tubig at 1 kutsarita ng asin nang hindi bababa sa 30 minuto.

c) Samantala, painitin ang isang malaking kasirola sa katamtamang apoy at igisa ang manok sa loob ng 3 hanggang 4 na minuto sa bawat panig, hanggang sa maging ginintuang kayumanggi (ang balat ng manok ay dapat gumawa ng sapat na mantika upang maluto ito; kung kinakailangan, magdagdag ng kaunting langis ng mirasol). Idagdag ang sibuyas, peppercorns, bay leaves, at tubig. Pakuluan, pagkatapos ay takpan at lutuin sa mahinang apoy sa loob ng 20 minuto. Alisin ang manok sa kawali at itabi. Salain ang stock at ireserba para sa ibang pagkakataon, i-skimming ang taba.

d) Habang nagluluto ang manok, magpainit ng kasirola o Dutch oven, mas mainam na nonstick at humigit-kumulang 9½ pulgada / 24 cm ang lapad at 5 pulgada / 12 cm ang lalim, sa katamtamang init. Magdagdag ng sapat na langis ng mirasol na umabot nang humigit-kumulang ¾ pulgada / 2 cm pataas sa mga gilid ng kawali. Kapag nagsimula kang makakita ng maliliit na bula na lumalabas, maingat (maaari itong dumura!) Ilagay ang ilan sa mga cauliflower florets sa mantika at iprito hanggang sa ginintuang kayumanggi, hanggang sa 3 minuto. Gumamit ng slotted na kutsara upang ilipat ang unang batch sa mga tuwalya ng papel at budburan ng asin. Ulitin sa natitirang cauliflower.

e) Patuyuin ang mga hiwa ng talong gamit ang mga tuwalya ng papel at iprito ang mga ito nang katulad sa mga batch.

f) Alisin ang mantika sa kawali at punasan ang kawali. Kung hindi ito isang nonstick pan, lagyan ng bilog ng parchment paper ang ilalim na hiwa sa eksaktong sukat at lagyan ng kaunting tinunaw na mantikilya ang mga gilid. Ngayon ay handa ka nang i-layer ang maqluba.

g) Magsimula sa pamamagitan ng pag-aayos ng mga hiwa ng kamatis sa isang layer, magkakapatong, na sinusundan ng mga hiwa ng talong. Susunod, ayusin ang mga piraso ng cauliflower at mga hita ng manok. Patuyuin ng mabuti ang bigas at ikalat ito sa huling layer at ikalat ang mga piraso ng bawang sa ibabaw. Sukatin ang isang 3 tasa / 700 ml ng nakareserbang stock ng manok at ihalo ang lahat ng pampalasa, kasama ang 1 kutsarita ng asin. Ibuhos ito sa ibabaw ng bigas at pagkatapos ay dahan-dahang idiin ito gamit ang iyong mga kamay, siguraduhin na ang lahat ng bigas ay natatakpan ng stock. Magdagdag ng kaunting dagdag na stock o tubig kung kinakailangan.

h) Ilagay ang kawali sa katamtamang init at dalhin sa isang kumulo; ang stock ay hindi kailangang kumulo ng malakas ngunit kailangan mong tiyakin na ito ay kumukulo nang maayos bago takpan ang kawali gamit ang isang takip, bawasan ang apoy sa mahina, at lutuin sa mahinang apoy sa loob ng 30 minuto. Huwag matuksong alisan ng takip ang kawali; kailangan mong payagang mag-steam ng maayos ang bigas. Alisin ang kawali mula sa apoy, tanggalin ang takip, at mabilis na maglagay ng malinis na tea towel sa ibabaw ng kawali, pagkatapos ay i-seal muli ang takip. Iwanan upang magpahinga ng 10 minuto.

i) Kapag handa na, alisin ang takip, baligtarin ang isang malaking bilog na serving plate o platter sa ibabaw ng bukas na kawali, at maingat ngunit mabilis na baligtarin ang kawali at plato nang magkasama, na humawak nang mahigpit sa magkabilang panig. Iwanan ang kawali sa plato sa loob ng 2 hanggang 3 minuto, pagkatapos ay dahan-dahan at maingat na alisin ito. Palamutihan ng mga pine nuts at ihain kasama ang Yogurt na may pipino.

74. Couscous na may kamatis at sibuyas

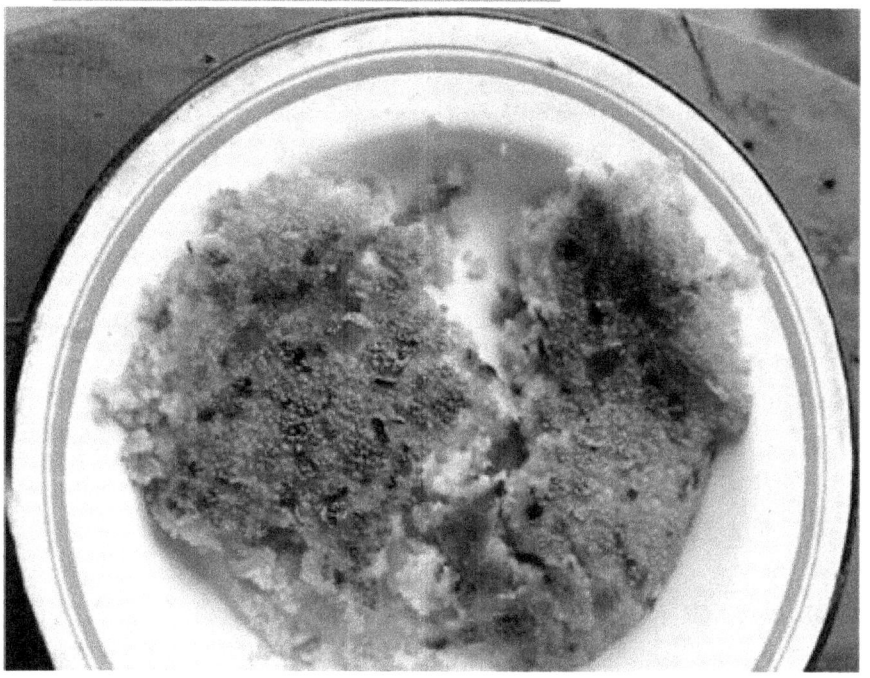

Gumagawa: 4

MGA INGREDIENTS
- 3 kutsarang langis ng oliba
- 1 medium na sibuyas, pinong tinadtad (1 tasa / 160 g sa kabuuan)
- 1 kutsarang tomato paste
- ½ tsp asukal
- 2 hinog na kamatis, gupitin sa ¼-pulgada / 0.5cm na dice (1¾ tasa / 320 g sa kabuuan)
- 1 tasa / 150 g couscous
- 1 tasa / 220 ML na kumukulo na stock ng manok o gulay
- 2½ kutsara / 40 g unsalted butter
- asin at sariwang giniling na itim na paminta

MGA TAGUBILIN
a) Ibuhos ang 2 kutsara ng langis ng oliba sa isang nonstick pan na mga 8½ pulgada / 22 cm ang lapad at ilagay sa katamtamang init. Idagdag ang sibuyas at lutuin ng 5 minuto, haluin nang madalas, hanggang sa lumambot ngunit hindi makulayan. Ihalo ang tomato paste at asukal at lutuin ng 1 minuto. Idagdag ang mga kamatis, ½ kutsarita ng asin, at ilang itim na paminta at lutuin ng 3 minuto.

b) Samantala, ilagay ang couscous sa isang mababaw na mangkok, ibuhos ang kumukulong stock, at takpan ng plastic wrap. Itabi sa loob ng 10 minuto, pagkatapos ay tanggalin ang takip at hiluminin ang couscous gamit ang isang tinidor. Idagdag ang tomato sauce at haluing mabuti.

c) Linisan ang kawali at initin ang mantikilya at ang natitirang 1 kutsarang langis ng oliba sa katamtamang init. Kapag natunaw na ang mantikilya, isawsaw ang couscous sa kawali at gamitin ang likod ng kutsara upang malumanay itong i-tap para mapuno ito nang husto. Takpan ang kawali, bawasan ang init sa pinakamababang setting nito, at hayaang mag-steam ang couscous sa loob ng 10 hanggang 12 minuto, hanggang sa makakita ka ng light brown na kulay sa paligid. Gumamit ng offset na spatula o kutsilyo para tulungan kang sumilip sa pagitan ng gilid ng couscous at ng gilid ng kawali: gusto mo ng talagang malutong na gilid sa buong base at gilid.

d) Baligtarin ang isang malaking plato sa ibabaw ng kawali at mabilis na baligtarin ang kawali at plato nang magkasama, ilalabas ang couscous sa plato. Ihain nang mainit o sa temperatura ng kuwarto.

SALADS

75. Baby spinach salad na may mga petsa at almendras

Gumagawa: 4

MGA INGREDIENTS
- 1 kutsarang puting alak na suka
- ½ katamtamang pulang sibuyas, hiniwa ng manipis
- 3½ oz / 100 g pitted Medjool date, i-quarter ang haba
- 2 tbsp / 30 g unsalted butter
- 2 kutsarang langis ng oliba
- 2 maliit na pitas, mga 3½ oz / 100 g, halos napunit sa 1½ pulgada / 4cm na piraso
- ½ tasa / 75 g buong unsalted almonds, tinadtad nang magaspang
- 2 tsp sumac
- ½ tsp chile flakes
- 5 oz / 150 g dahon ng baby spinach
- 2 kutsarang sariwang kinatas na lemon juice
- asin

MGA TAGUBILIN

a) Ilagay ang suka, sibuyas, at mga petsa sa isang maliit na mangkok. Magdagdag ng isang pakurot ng asin at ihalo nang mabuti sa iyong mga kamay. Iwanan upang mag-marinate ng 20 minuto, pagkatapos ay alisan ng tubig ang anumang natitirang suka at itapon.

b) Samantala, init ang mantikilya at kalahati ng langis ng oliba sa isang medium na kawali sa katamtamang init. Idagdag ang pita at almendras at lutuin sa loob ng 4 hanggang 6 na minuto, pagpapakilos sa lahat ng oras, hanggang ang pita ay malutong at ginintuang kayumanggi. Alisin sa apoy at ihalo ang sumac, chile flakes, at ¼ kutsarita ng asin. Itabi upang palamig.

c) Kapag handa ka nang ihain, ihagis ang mga dahon ng spinach kasama ang pita mix sa isang malaking mixing bowl. Idagdag ang mga petsa at pulang sibuyas, ang natitirang langis ng oliba, ang lemon juice, at isa pang kurot ng asin. Tikman para sa pampalasa at ihain kaagad.

76. Hilaw na artichoke at herb salad

Gumagawa: 2

MGA INGREDIENTS
- 2 o 3 malalaking globe artichoke (1½ lb / 700 g sa kabuuan)
- 3 kutsarang sariwang kinatas na lemon juice
- 4 tbsp langis ng oliba
- 2 tasa / 40 g arugula
- ½ tasa / 15 g napunit na dahon ng mint
- ½ tasa / 15 g napunit na dahon ng cilantro
- 1 oz / 30 g pecorino toscano o romano cheese, inahit nang manipis
- Maldon sea salt at freshly ground black pepper

MGA TAGUBILIN

a) Maghanda ng isang mangkok ng tubig na hinaluan ng kalahati ng lemon juice. Alisin ang tangkay mula sa 1 artichoke at hilahin ang matigas na panlabas na dahon. Kapag naabot mo na ang mas malambot at maputlang dahon, gumamit ng isang malaki at matalim na kutsilyo upang hiwain ang bulaklak upang ikaw ay matira sa ilalim na bahagi. Gumamit ng maliit, matalim na kutsilyo o isang pang-alis ng gulay upang alisin ang mga panlabas na layer ng artichoke hanggang sa malantad ang base, o ibaba. I-scrape out ang mabalahibong "choke" at ilagay ang base sa acidulated na tubig. Itapon ang natitira, pagkatapos ay ulitin kasama ang iba pang (mga) artichoke.

b) Alisan ng tubig ang mga artichoke at patuyuin gamit ang mga tuwalya ng papel. Gamit ang isang mandoline o malaki, matalim na kutsilyo, gupitin ang mga artichoke sa manipis na papel at ilipat sa isang malaking mangkok ng paghahalo. Pigain ang natitirang lemon juice, idagdag ang langis ng oliba, at ihalo nang mabuti sa coat. Maaari mong iwanan ang artichoke nang hanggang ilang oras kung gusto mo, sa temperatura ng kuwarto. Kapag handa nang ihain, idagdag ang arugula, mint, at cilantro sa artichoke at timplahan ng masaganang ¼ kutsarita ng asin at maraming sariwang giniling na itim na paminta.

c) Ihagis nang dahan-dahan at ayusin sa mga serving plate. Palamutihan ng pecorino shavings.

77. Parsley at Barley Salad

Gumagawa: 4

MGA INGREDIENTS
- ¼ tasa / 40 g perlas barley
- 5 oz / 150 g feta cheese
- 5½ kutsarang langis ng oliba
- 1 tsp za'atar
- ½ tsp buto ng kulantro, bahagyang inihaw at dinurog
- ¼ tsp giniling na kumin
- 3 oz / 80 g flat-leaf parsley, dahon at pinong tangkay
- 4 na berdeng sibuyas, pinong tinadtad (⅓ tasa / 40 g sa kabuuan)
- 2 cloves bawang, durog
- ⅓ tasa / 40 g cashew nuts, bahagyang inihaw at dinurog nang magaspang
- 1 berdeng paminta, binulaan at hiniwa sa ⅜-pulgada / 1cm na dice
- ½ tsp ground allspice
- 2 kutsarang sariwang kinatas na lemon juice
- asin at sariwang giniling na itim na paminta

MGA TAGUBILIN

a) Ilagay ang pearl barley sa isang maliit na kasirola, takpan ng maraming tubig, at pakuluan ng 30 hanggang 35 minuto, hanggang lumambot ngunit may kagat. Ibuhos sa isang pinong salaan, kalugin upang alisin ang lahat ng tubig, at ilipat sa isang malaking mangkok.

b) Hatiin ang feta sa magaspang na piraso, mga ¾ pulgada / 2 cm ang laki, at ihalo sa isang maliit na mangkok na may 1½ kutsara ng langis ng oliba, ang za'atar, ang mga buto ng kulantro, at ang kumin. Dahan-dahang paghaluin at hayaang mag-marinate habang inihahanda mo ang natitirang salad.

c) I-chop ang parsley ng makinis at ilagay sa isang mangkok na may berdeng sibuyas, bawang, cashew nuts, paminta, allspice, lemon juice, ang natitirang langis ng oliba, at ang nilutong barley. Haluing mabuti at timplahan ayon sa panlasa. Upang ihain, hatiin ang salad sa apat na plato at itaas ang inatsara na feta.

78. Mixed Bean Salad

Gumagawa: 4

MGA INGREDIENTS
- 10 oz / 280 g yellow beans, pinutol (kung hindi available, doblehin ang dami ng green beans)
- 10 oz / 280 g green beans, pinutol
- 2 pulang paminta, gupitin sa ¼-pulgada / 0.5cm na piraso
- 3 tbsp langis ng oliba, kasama ang 1 tsp para sa mga paminta
- 3 cloves na bawang, hiniwa ng manipis
- 6 tbsp / 50 g capers, banlawan at tuyo
- 1 tsp buto ng kumin
- 2 tsp buto ng kulantro
- 4 na berdeng sibuyas, hiniwa nang manipis
- ⅓ tasa / 10 g tarragon, tinadtad nang magaspang
- ⅔ tasa / 20 g piniling dahon ng chervil (o pinaghalong piniling dill at ginutay-gutay na perehil)
- gadgad na zest ng 1 lemon
- asin at sariwang giniling na itim na paminta

MGA TAGUBILIN

a) Painitin muna ang oven sa 450°F / 220°C.

b) Pakuluan ang isang malaking kawali na may maraming tubig at idagdag ang yellow beans. Pagkatapos ng 1 minuto, idagdag ang green beans at lutuin ng isa pang 4 na minuto, o hanggang sa maluto ang beans ngunit malutong pa rin. I-refresh sa ilalim ng malamig na tubig, alisan ng tubig, patuyuin, at ilagay sa isang malaking mixing bowl.

c) Samantala, ihagis ang mga sili sa 1 kutsarita ng mantika, ikalat sa isang baking sheet, at ilagay sa oven sa loob ng 5 minuto, o hanggang malambot. Alisin mula sa oven at idagdag sa mangkok na may nilutong beans.

d) Init ang 3 kutsarang langis ng oliba sa isang maliit na kasirola. Idagdag ang bawang at lutuin ng 20 segundo; idagdag ang capers (ingat, dumura sila!) at iprito para sa isa pang 15 segundo. Idagdag ang cumin at coriander seeds at ipagpatuloy ang pagprito para sa isa pang 15 segundo. Ang bawang ay dapat na naging ginto sa ngayon. Alisin mula sa apoy at ibuhos kaagad ang mga nilalaman ng kawali sa ibabaw ng beans. Ihagis at idagdag ang berdeng sibuyas, herbs, lemon zest, isang masaganang ¼ kutsarita ng asin, at itim na paminta.

e) Ihain, o panatilihin sa refrigerator hanggang sa isang araw. Tandaan lamang na ibalik sa temperatura ng silid bago ihain.

79. Kohlrabi Salad

Gumagawa: 4

MGA INGREDIENTS
- 3 katamtamang kohlrabie (1⅔ lb / 750 g sa kabuuan)
- ⅓ tasa / 80 g Greek yogurt
- 5 tbsp / 70 g kulay-gatas
- 3 kutsarang mascarpone cheese
- 1 maliit na sibuyas na bawang, durog
- 1½ tsp sariwang kinatas na lemon juice
- 1 kutsarang langis ng oliba
- 2 kutsarang pinong ginutay-gutay na sariwang mint
- 1 tsp pinatuyong mint
- mga 12 sprigs / 20 g baby watercress
- ¼ tsp sumac
- asin at puting paminta

MGA TAGUBILIN

a) Balatan ang kohlrabies, gupitin sa ⅔-inch / 1.5cm dice, at ilagay sa isang malaking mixing bowl. Itabi at gawin ang dressing.

b) Ilagay ang yogurt, sour cream, mascarpone, bawang, lemon juice, at olive oil sa isang medium bowl. Magdagdag ng ¼ kutsarita ng asin at isang malusog na giling ng paminta at haluin hanggang makinis. Idagdag ang dressing sa kohlrabi, na sinusundan ng sariwa at tuyo na mint at kalahati ng watercress.

c) Dahan-dahang pukawin, pagkatapos ay ilagay sa isang serving dish. Dot ang natitirang watercress sa itaas at iwiwisik ang sumac.

80. Maanghang na salad ng karot

Gumagawa: 4

MGA INGREDIENTS
- 6 na malalaking karot, binalatan (mga 1½ lb / 700 g sa kabuuan)
- 3 kutsarang langis ng mirasol
- 1 malaking sibuyas, pinong tinadtad (2 tasa / 300 g sa kabuuan)
- 1 kutsarang Pilpelchuma o 2 kutsarang harissa (binili sa tindahan o tingnan ang recipe)
- ½ tsp ground cumin
- ½ tsp caraway seeds, sariwang giniling
- ½ tsp asukal
- 3 kutsarang cider vinegar
- 1½ tasa / 30 g dahon ng arugula
- asin

MGA TAGUBILIN
a) Ilagay ang mga karot sa isang malaking kasirola, takpan ng tubig, at pakuluan. Bawasan ang init, takpan, at lutuin ng mga 20 minuto, hanggang sa malambot na lang ang mga karot. Alisan ng tubig at, sa sandaling lumamig na upang mahawakan, gupitin sa ¼-pulgada / 0.5cm na hiwa.
b) Habang nagluluto ang mga karot, painitin ang kalahati ng mantika sa isang malaking kawali. Idagdag ang sibuyas at lutuin sa katamtamang apoy sa loob ng 10 minuto, hanggang sa ginintuang kayumanggi.
c) Ilagay ang pritong sibuyas sa isang malaking mixing bowl at idagdag ang pilpelchuma, cumin, caraway, ¾ kutsarita ng asin, asukal, suka, at ang natitirang mantika. Idagdag ang carrots at ihalo ng mabuti. Mag-iwan ng hindi bababa sa 30 minuto para ang mga lasa ay tumanda.
d) Ayusin ang salad sa isang malaking platter, lagyan ng tuldok ang arugula habang pupunta ka.

81. Fricassee salad

Gumagawa: 4

MGA INGREDIENTS
- 4 na sprigs ng rosemary
- 4 dahon ng bay
- 3 kutsarang black peppercorns
- humigit-kumulang 1⅔ tasa / 400 ML extra virgin olive oil
- 10½ oz / 300 g tuna steak, sa isang piraso o dalawa
- 1⅓ lb / 600 g Yukon Gold na patatas, binalatan at pinutol sa ¾-pulgada / 2cm na piraso
- ½ tsp giniling na turmeric
- 5 anchovy fillet, tinadtad nang magaspang
- 3 tbsp harissa paste (binili sa tindahan o tingnan ang recipe)
- 4 na kutsarang capers
- 2 tsp pinong tinadtad na napreserbang balat ng lemon, (binili sa tindahan o tingnan ang recipe)
- ½ tasa / 60 g itim na olibo, pitted at hatiin
- 2 kutsarang sariwang kinatas na lemon juice
- 5 oz / 140 g napreserbang piquillo peppers (mga 5 peppers), pinunit sa magaspang na piraso
- 4 na malalaking itlog, pinakuluang, binalatan, at pinaghiwa-hiwalay
- 2 baby gem lettuces (mga 5 oz / 140 g sa kabuuan), mga dahon na pinaghiwalay at napunit
- ⅔ oz / 20 g flat-leaf parsley, mga dahon na kinuha at pinunit
- asin

MGA TAGUBILIN

a) Upang ihanda ang tuna, ilagay ang rosemary, dahon ng bay, at peppercorn sa isang maliit na kasirola at idagdag ang langis ng oliba. Init ang mantika hanggang sa ibaba lamang ng kumukulong punto, kapag nagsimulang lumabas ang maliliit na bula. Maingat na idagdag ang tuna (dapat natakpan ang tuna; kung hindi, magpainit pa ng mantika at idagdag sa kawali). Alisin mula sa apoy at mag-iwan ng ilang oras, walang takip, pagkatapos ay takpan ang kawali at palamigin nang hindi bababa sa 24 na oras.

b) Lutuin ang patatas na may turmerik sa maraming inasnan na tubig na kumukulo sa loob ng 10 hanggang 12 minuto, hanggang maluto. Alisan ng tubig nang maingat, siguraduhing walang tumalsik na tubig ng turmerik (ang mga mantsa ay masakit alisin!), at ilagay sa isang malaking mangkok ng paghahalo. Habang mainit pa ang patatas, idagdag ang dilis, harissa, capers, preserved lemon, olives, 6 tbsp / 90 ml ng tuna preserving oil, at ilan sa peppercorns mula sa mantika. Paghaluin nang malumanay at hayaang lumamig.

c) Iangat ang tuna mula sa natitirang mantika, hatiin ito sa kagat-laki ng mga tipak, at idagdag sa salad. Idagdag ang lemon juice, peppers, itlog, lettuce, at perehil. Ihagis nang dahan-dahan, tikman, magdagdag ng asin kung kailangan ito at posibleng mas maraming mantika, pagkatapos ay ihain.

82. Mga Spiced Chickpeas at Gulay na Salad

Gumagawa: 4

MGA INGREDIENTS
- ½ tasa / 100 g pinatuyong chickpeas
- 1 tsp baking soda
- 2 maliit na pipino (10 oz / 280 g sa kabuuan)
- 2 malalaking kamatis (10½ oz / 300 g sa kabuuan)
- 8½ oz / 240 g labanos
- 1 pulang paminta, may binhi at tadyang inalis
- 1 maliit na pulang sibuyas, binalatan
- ⅔ oz / 20 g dahon at tangkay ng cilantro, tinadtad nang magaspang
- ½ oz / 15 g flat-leaf parsley, tinadtad nang magaspang
- 6 tbsp / 90 ML ng langis ng oliba
- grated zest ng 1 lemon, kasama ang 2 tbsp juice
- 1½ kutsarang suka ng sherry
- 1 sibuyas na bawang, durog
- 1 tsp superfine sugar
- 1 tsp ground cardamom
- 1½ tsp ground allspice
- 1 tsp ground cumin
- Greek yogurt (opsyonal)
- asin at sariwang giniling na itim na paminta

MGA TAGUBILIN

a) Ibabad ang pinatuyong chickpeas magdamag sa isang malaking mangkok na may maraming malamig na tubig at baking soda. Sa susunod na araw, alisan ng tubig, ilagay sa isang malaking kasirola, at takpan ng tubig na doble ang dami ng chickpeas. Pakuluan at kumulo, alisin ang anumang bula, nang halos isang oras, hanggang sa ganap na lumambot, pagkatapos ay alisan ng tubig.

b) Gupitin ang pipino, kamatis, labanos, at paminta sa ⅔-pulgada / 1.5cm na dice; gupitin ang sibuyas sa ¼-inch / 0.5cm dice. Paghaluin ang lahat sa isang mangkok na may cilantro at perehil.

c) Sa isang garapon o sealable na lalagyan, paghaluin ang 5 tbsp / 75 ml ng olive oil, ang lemon juice at zest, suka, bawang, at asukal at haluing mabuti para maging dressing, pagkatapos ay timplahan ng asin at paminta ayon sa panlasa. Ibuhos ang dressing sa salad at ihalo nang bahagya.

d) Paghaluin ang cardamom, allspice, cumin, at ¼ kutsarita ng asin at ikalat sa isang plato. Ihagis ang mga nilutong chickpeas sa pinaghalong pampalasa sa ilang batch upang mabalot ng mabuti. Init ang natitirang langis ng oliba sa isang kawali sa katamtamang init at bahagyang iprito ang mga chickpeas sa loob ng 2 hanggang 3 minuto, malumanay na inalog ang kawali upang maluto ang mga ito nang pantay-pantay at hindi dumikit. Manatiling mainit.

e) Hatiin ang salad sa apat na plato, ayusin ito sa isang malaking bilog, at sandok ang mainit-init na spiced chickpeas sa itaas, pinananatiling malinaw ang gilid ng salad. Maaari kang magbuhos ng ilang Greek yogurt sa ibabaw upang gawing creamy ang salad.

83. Chunky zucchini at tomato salad

Gumagawa: 6

MGA INGREDIENTS
- 8 maputlang berdeng zucchini o regular na zucchini (mga 2¼ lb / 1 kg sa kabuuan)
- 5 malalaking kamatis na hinog na (1¾ lb / 800 g sa kabuuan)
- 3 kutsarang langis ng oliba, dagdag pa para matapos
- 2½ tasa / 300 g Greek yogurt
- 2 cloves bawang, durog
- 2 pulang sili, pinagbinhan at tinadtad
- gadgad na sarap ng 1 katamtamang lemon at 2 kutsarang sariwang kinatas na lemon juice
- 1 tbsp date syrup, dagdag pa para matapos
- 2 tasa / 200 g ng mga walnut, tinadtad nang magaspang
- 2 kutsarang tinadtad na mint
- ⅔ oz / 20 g flat-leaf parsley, tinadtad
- asin at sariwang giniling na itim na paminta

MGA TAGUBILIN
a) Painitin muna ang oven sa 425°F / 220°C. Maglagay ng ridged griddle pan sa mataas na apoy.
b) Gupitin ang zucchini at gupitin sa kalahati ang haba. Hatiin din ang mga kamatis. I-brush ang zucchini at mga kamatis na may langis ng oliba sa gilid ng hiwa at timplahan ng asin at paminta.
c) Sa ngayon ang kawali ay dapat na mainit na mainit. Magsimula sa zucchini. Ilagay ang ilan sa mga ito sa kawali, gupitin sa gilid, at lutuin ng 5 minuto; ang zucchini ay dapat na maganda ang charred sa isang gilid. Ngayon alisin ang zucchini at ulitin ang parehong proseso sa mga kamatis. Ilagay ang mga gulay sa isang litson na kawali at ilagay sa oven sa loob ng mga 20 minuto, hanggang sa malambot ang zucchini.

d) Alisin ang kawali mula sa oven at hayaang lumamig nang bahagya ang mga gulay. I-chop ang mga ito ng magaspang at iwanan upang maubos sa isang colander sa loob ng 15 minuto.

e) Pagsamahin ang yogurt, bawang, chile, lemon zest at juice, at molasses sa isang malaking mixing bowl. Idagdag ang tinadtad na mga gulay, mga walnuts, mint, at karamihan sa perehil at haluing mabuti. Timplahan ng ¾ kutsarita ng asin at kaunting paminta.

f) Ilipat ang salad sa isang malaki, mababaw na serving plate at ikalat ito. Palamutihan ng natitirang perehil. Panghuli, ibuhos ang ilang date syrup at langis ng oliba.

84. Spicy Beet, Leek at Walnut Salad

MGA INGREDIENTS
- 4 katamtamang beet (⅓ lb / 600 g sa kabuuan pagkatapos maluto at magbalat)
- 4 na medium leeks, gupitin sa 4-pulgada / 10cm na mga segment (4 na tasa / 360 g sa kabuuan)
- ½ oz / 15 g cilantro, tinadtad nang magaspang
- 1¼ tasa / 25 g arugula
- ⅓ tasa / 50 g buto ng granada (opsyonal)
- NAGBIBIHIS
- 1 tasa / 100 g ng mga walnut, tinadtad nang magaspang
- 4 cloves na bawang, pinong tinadtad
- ½ tsp chile flakes
- ¼ tasa / 60 ml cider vinegar
- 2 kutsarang tubig ng sampalok
- ½ tsp langis ng walnut
- 2½ kutsarang mantika ng mani
- 1 tsp asin

MGA TAGUBILIN
a) Painitin muna ang oven sa 425°F / 220°C.

b) Isa-isang balutin ang mga beet sa aluminum foil at i-ihaw ang mga ito sa oven sa loob ng 1 hanggang 1½ oras, depende sa laki nito. Kapag naluto na, dapat ay madali mong maidikit ang isang maliit na kutsilyo sa gitna. Alisin sa oven at itabi para lumamig.

c) Kapag sapat na ang lamig upang mahawakan, alisan ng balat ang mga beet, hatiin sa kalahati, at gupitin ang bawat kalahati sa mga wedges na ⅜ pulgada / 1 cm ang kapal sa base. Ilagay sa isang medium bowl at itabi.

d) Ilagay ang mga leeks sa isang medium na kawali na may inasnan na tubig, pakuluan, at kumulo sa loob ng 10 minuto, hanggang sa maluto lamang; mahalagang pakuluan ang mga ito ng malumanay at huwag mag-overcook para hindi malaglag. Patuyuin at i-refresh sa ilalim ng malamig na tubig, pagkatapos ay gumamit ng napakatalim na may ngipin na kutsilyo upang gupitin ang bawat bahagi sa 3 mas maliliit na piraso at patuyuin. Ilipat sa isang mangkok, hiwalay sa mga beet, at itabi.

e) Habang nagluluto ang mga gulay, paghaluin ang lahat ng sangkap ng dressing at iwanan sa isang tabi nang hindi bababa sa 10 minuto para magsama-sama ang lahat ng lasa.

f) Hatiin ang walnut dressing at ang cilantro nang pantay-pantay sa pagitan ng mga beets at leeks at ihalo nang dahan-dahan. Tikman pareho at magdagdag ng higit pang asin kung kinakailangan.

g) Upang pagsamahin ang salad, ikalat ang karamihan sa mga beet sa isang serving platter, itaas na may ilang arugula, pagkatapos ay karamihan sa mga leeks, pagkatapos ay ang natitirang mga beets, at tapusin na may higit pang mga leeks at arugula. Iwiwisik ang mga buto ng granada, kung gagamitin, at ihain.

85. Inihaw na Cauliflower at Hazelnut Salad

Gumagawa: 2 HANGGANG 4

MGA INGREDIENTS
- 1 ulo ng cauliflower, pinaghiwa-hiwalay sa maliliit na bulaklak (1½ lb / 660 g sa kabuuan)
- 5 kutsarang langis ng oliba
- 1 malaking tangkay ng kintsay, gupitin sa isang anggulo sa ¼-pulgada / 0.5cm na hiwa (⅔ tasa / 70 g sa kabuuan)
- 5 tbsp / 30 g hazelnuts, na may mga balat
- ⅓ tasa / 10 g maliit na flat-leaf na dahon ng parsley, pinili
- ⅓ tasa / 50 g buto ng granada (mula sa halos ½ medium na granada)
- masaganang ¼ tsp ground cinnamon
- masaganang ¼ tsp ground allspice
- 1 kutsarang suka ng sherry
- 1½ tsp maple syrup
- asin at sariwang giniling na itim na paminta

MGA TAGUBILIN

a) Painitin muna ang oven sa 425°F / 220°C.

b) Paghaluin ang cauliflower na may 3 kutsara ng langis ng oliba, ½ kutsarita ng asin, at ilang itim na paminta. Ikalat sa isang roasting pan at inihaw sa itaas na oven rack sa loob ng 25 hanggang 35 minuto, hanggang ang cauliflower ay malutong at ang mga bahagi nito ay naging ginintuang kayumanggi. Ilipat sa isang malaking mangkok ng paghahalo at itabi upang lumamig.

c) Bawasan ang temperatura ng oven sa 325°F / 170°C. Ikalat ang mga hazelnut sa isang baking sheet na nilagyan ng parchment paper at inihaw ng 17 minuto.

d) Hayaang lumamig ng kaunti ang mga mani, pagkatapos ay gupitin ang mga ito at idagdag sa cauliflower, kasama ang natitirang langis at ang iba pang mga sangkap. Haluin, tikman, at timplahan ng asin at paminta nang naaayon. Ihain sa temperatura ng kuwarto.

Mga sabaw

86. Watercress at chickpea soup na may rose water

Gumagawa: 4

MGA INGREDIENTS
- 2 medium carrots (9 oz / 250 g sa kabuuan), gupitin sa ¾-inch / 2cm dice
- 3 kutsarang langis ng oliba
- 2½ tsp ras el hanout
- ½ tsp giniling na kanela
- 1½ tasa / 240 g nilutong chickpeas, sariwa o de-latang
- 1 katamtamang sibuyas, hiniwa ng manipis
- 2½ tbsp / 15 g binalatan at pinong tinadtad na sariwang luya
- 2½ tasa / 600 ML stock ng gulay
- 7 oz / 200 g watercress
- 3½ oz / 100 g dahon ng spinach
- 2 tsp superfine sugar
- 1 tsp rosas na tubig
- asin
- Greek yogurt, ihain (opsyonal)
- Painitin muna ang oven sa 425°F / 220°C.

MGA TAGUBILIN
a) Paghaluin ang mga karot na may 1 kutsara ng langis ng oliba, ang ras el hanout, kanela, at isang masaganang pakurot ng asin at ikalat nang patag sa isang kawali na nilagyan ng parchment paper. Ilagay sa oven sa loob ng 15 minuto, pagkatapos ay idagdag ang kalahati ng mga chickpeas, haluing mabuti, at lutuin ng isa pang 10 minuto, hanggang sa lumambot ang karot ngunit mayroon pa ring kagat.

b) Samantala, ilagay ang sibuyas at luya sa isang malaking kasirola. Igisa kasama ang natitirang langis ng oliba sa loob ng mga 10 minuto sa katamtamang init, hanggang ang sibuyas ay ganap na malambot at ginintuang. Idagdag ang natitirang mga chickpeas, stock, watercress, spinach, asukal, at ¾ kutsarita ng asin, haluing mabuti, at pakuluan. Magluto ng isang minuto o dalawa, hanggang sa matuyo ang mga dahon.

c) Gamit ang food processor o blender, blitz ang sopas hanggang makinis. Idagdag ang rosas na tubig, pukawin, tikman, at magdagdag ng higit pang asin o rosas na tubig kung gusto mo. Itabi hanggang sa maging handa ang carrot at chickpeas, pagkatapos ay initin muli upang ihain.

d) Upang ihain, hatiin ang sopas sa apat na mangkok at itaas ang mainit na karot at chickpeas at, kung gusto mo, mga 2 kutsarita ng yogurt bawat bahagi.

87. Mainit na yogurt at barley na sopas

Gumagawa: 4

MGA INGREDIENTS
- 6¾ tasa / 1.6 litro ng tubig
- 1 tasa / 200 g perlas barley
- 2 medium na sibuyas, pinong tinadtad
- 1½ tsp pinatuyong mint
- 4 tbsp / 60 g unsalted butter
- 2 malalaking itlog, pinalo
- 2 tasa / 400 g Greek yogurt
- ⅔ oz / 20 g sariwang mint, tinadtad
- ⅓ oz / 10 g flat-leaf parsley, tinadtad
- 3 berdeng sibuyas, hiniwa nang manipis
- asin at sariwang giniling na itim na paminta

MGA TAGUBILIN

a) Pakuluan ang tubig kasama ang barley sa isang malaking kasirola, magdagdag ng 1 kutsarita ng asin, at kumulo hanggang maluto ang barley ngunit al dente pa rin, 15 hanggang 20 minuto. Alisin mula sa init. Kapag naluto na, kakailanganin mo ng 4¾ cups / 1.1 liters ng cooking liquid para sa sopas; top up ng tubig kung mas kaunti dahil sa evaporation.

b) Habang nagluluto ang barley, igisa ang sibuyas at pinatuyong mint sa katamtamang init sa mantikilya hanggang malambot, mga 15 minuto. Idagdag ito sa nilutong barley.

c) Pagsamahin ang mga itlog at yogurt sa isang malaking mangkok na hindi tinatablan ng init. Dahan-dahang ihalo ang ilan sa barley at tubig, isang sandok sa isang pagkakataon, hanggang sa uminit ang yogurt. Ito ay magpapainit sa yogurt at mga itlog at pipigilan ang mga ito sa paghahati kapag idinagdag sa mainit na likido. Idagdag ang yogurt sa kaldero ng sopas at bumalik sa katamtamang init, patuloy na pagpapakilos, hanggang sa kumulo ang sopas. Alisin mula sa apoy, idagdag ang mga tinadtad na damo at berdeng sibuyas at suriin ang pampalasa. Ihain nang mainit.

88. Cannellini bean at sopas ng tupa

Gumagawa: 4

MGA INGREDIENTS
- 1 kutsarang langis ng mirasol
- 1 maliit na sibuyas (5 oz / 150 g sa kabuuan), makinis na tinadtad
- ¼ maliit na ugat ng celery, binalatan at pinutol sa ¼-pulgada / 0.5cm na dice (6 oz / 170 g sa kabuuan)
- 20 malalaking cloves ng bawang, binalatan ngunit buo
- 1 tsp ground cumin
- 1 lb / 500 g lamb stew meat (o baka kung gusto mo), gupitin sa ¾-inch / 2cm cubes
- 7 tasa / 1.75 litro ng tubig
- ½ tasa / 100 g pinatuyong cannellini o pinto beans, ibinabad magdamag sa maraming malamig na tubig, pagkatapos ay pinatuyo
- 7 cardamom pods, bahagyang dinurog
- ½ tsp giniling na turmeric
- 2 kutsarang tomato paste
- 1 tsp superfine sugar
- 9 oz / 250 g Yukon Gold o iba pang patatas na may dilaw na laman, binalatan at pinutol sa ¾-inch / 2cm cube
- asin at sariwang giniling na itim na paminta
- tinapay, upang ihain
- sariwang kinatas na lemon juice, upang ihain
- tinadtad na cilantro o Zhoug

MGA TAGUBILIN

a) Init ang mantika sa isang malaking kawali at lutuin ang sibuyas at ugat ng kintsay sa katamtamang apoy sa loob ng 5 minuto, o hanggang sa magsimulang magkulay brown ang sibuyas. Idagdag ang mga clove ng bawang at kumin at lutuin ng karagdagang 2 minuto. Alisin ang apoy at itabi.

b) Ilagay ang karne at tubig sa isang malaking kasirola o Dutch oven sa katamtamang init, pakuluan, ibaba ang apoy, at kumulo sa loob ng 10 minuto, i-skimming ang ibabaw nang madalas hanggang sa makakuha ka ng malinaw na sabaw. Idagdag ang sibuyas at celery root mix, ang pinatuyo na beans, cardamom, turmeric, tomato paste, at asukal. Pakuluan, takpan, at pakuluan ng dahan-dahan sa loob ng 1 oras, o hanggang malambot ang karne.

c) Idagdag ang patatas sa sopas at timplahan ng 1 kutsarita ng asin at ½ kutsarita ng itim na paminta. Ibalik sa pigsa, ibaba ang apoy, at kumulo, walang takip, para sa isa pang 20 minuto, o hanggang sa lumambot ang patatas at beans. Ang sopas ay dapat na makapal. Hayaang bumubula ito nang kaunti, kung kinakailangan, upang mabawasan, o magdagdag ng ilang tubig. Tikman at magdagdag ng higit pang pampalasa ayon sa gusto mo. Ihain ang sopas na may tinapay at ilang lemon juice at sariwang tinadtad na cilantro, o zhoug.

89. Seafood at Fennel Soup

Gumagawa: 4

MGA INGREDIENTS
- 2 kutsarang langis ng oliba
- 4 na butil ng bawang, hiniwa ng manipis
- 2 fennel bulbs (10½ oz / 300 g sa kabuuan), pinutol at pinutol sa manipis na mga wedge
- 1 malaking waxy patatas (7 oz / 200 g sa kabuuan), binalatan at gupitin sa ⅔-pulgada / 1.5cm na cube
- 3 tasa / 700 ML stock ng isda (o stock ng manok o gulay, kung gusto)
- ½ medium preserved lemon (½ oz / 15 g sa kabuuan), binili sa tindahan o tingnan ang recipe
- 1 pulang sili, hiniwa (opsyonal)
- 6 na kamatis (14 oz / 400 g sa kabuuan), binalatan at gupitin sa apat na bahagi
- 1 kutsarang matamis na paprika
- magandang kurot ng safron
- 4 na kutsarang pinong tinadtad na flat-leaf parsley
- 4 na fillet sea bass (mga 10½ oz / 300 g sa kabuuan), balat, gupitin sa kalahati
- 14 na tahong (mga 8 oz / 220 g sa kabuuan)
- 15 kabibe (mga 4½ oz / 140 g sa kabuuan)
- 10 hipon ng tigre (mga 8 oz / 220 g sa kabuuan), sa kanilang mga shell o binalatan at itinali
- 3 kutsarang arak, ouzo, o Pernod
- 2 tsp tinadtad na tarragon (opsyonal)
- asin at sariwang giniling na itim na paminta

MGA TAGUBILIN
a) Ilagay ang langis ng oliba at bawang sa isang malawak, mababang-rimmed na kawali at lutuin sa katamtamang apoy sa loob ng 2 minuto nang walang kulay ang bawang. Haluin ang haras at patatas at lutuin ng karagdagang 3 hanggang 4 na

minuto. Idagdag ang stock at preserved lemon, timplahan ng ¼ kutsarita ng asin at ilang itim na paminta, pakuluan, pagkatapos ay takpan at lutuin sa mahinang apoy sa loob ng 12 hanggang 14 minuto, hanggang sa maluto ang patatas. Idagdag ang chile (kung ginagamit), mga kamatis, pampalasa, at kalahati ng perehil at lutuin ng karagdagang 4 hanggang 5 minuto.

b) Magdagdag ng hanggang sa isa pang 1¼ tasa / 300 ml ng tubig sa puntong ito, hangga't kinakailangan upang masakop lamang ang isda upang i-poach ito, at muling pakuluan. Idagdag ang sea bass at shellfish, takpan ang kawali, at hayaang kumulo nang husto sa loob ng 3 hanggang 4 na minuto, hanggang sa bumukas ang shellfish at maging pink ang mga hipon.

c) Gamit ang isang slotted na kutsara, alisin ang isda at shellfish mula sa sopas. Kung medyo matubig pa, hayaang kumulo ang sabaw ng ilang minuto para mabawasan. Idagdag ang arak at lasa para sa pampalasa.

d) Panghuli, ibalik ang shellfish at isda sa sopas upang mapainit muli ang mga ito. Ihain nang sabay-sabay, pinalamutian ng natitirang parsley at tarragon, kung gagamitin.

90. Pistachio na sopas

Gumagawa: 4

MGA INGREDIENTS
- 2 tbsp tubig na kumukulo
- ¼ tsp na sinulid ng safron
- 1⅔ tasa / 200 g may kabibi na unsalted pistachios
- 2 tbsp / 30 g unsalted butter
- 4 na shallots, pinong tinadtad (3½ oz / 100 g sa kabuuan)
- 1 oz / 25 g luya, binalatan at pinong tinadtad
- 1 leek, pinong tinadtad (1¼ tasa / 150 g sa kabuuan)
- 2 tsp ground cumin
- 3 tasa / 700 ML stock ng manok
- ⅓ tasa / 80 ML sariwang kinatas na orange juice
- 1 kutsarang sariwang kinatas na lemon juice
- asin at sariwang giniling na itim na paminta
- kulay-gatas, upang ihain

MGA TAGUBILIN

a) Painitin muna ang oven sa 350°F / 180°C. Ibuhos ang kumukulong tubig sa mga sinulid ng safron sa isang maliit na tasa at iwanan upang mag-infuse sa loob ng 30 minuto.

b) Upang alisin ang mga balat ng pistachio, paputiin ang mga mani sa kumukulong tubig sa loob ng 1 minuto, alisan ng tubig, at habang mainit pa, alisin ang mga balat sa pamamagitan ng pagpindot sa mga mani sa pagitan ng iyong mga daliri. Hindi lahat ng balat ay lalabas gaya ng mga almendras—mabuti ito dahil hindi ito makakaapekto sa sopas—ngunit ang pag-alis ng ilang balat ay magpapaganda ng kulay, na ginagawa itong mas maliwanag na berde. Ikalat ang mga pistachio sa isang baking sheet at inihaw sa oven sa loob ng 8 minuto. Alisin at hayaang lumamig.

c) Init ang mantikilya sa isang malaking kasirola at idagdag ang mga shallots, luya, leek, cumin, ½ kutsarita ng asin, at ilang itim na paminta. Igisa sa katamtamang init sa loob ng 10 minuto, haluin nang madalas, hanggang sa ang mga shallots ay ganap na lumambot. Idagdag ang stock at kalahati ng safron liquid. Takpan ang kawali, ibaba ang apoy, at hayaang kumulo ang sabaw sa loob ng 20 minuto.

d) Ilagay ang lahat maliban sa 1 kutsara ng pistachios sa isang malaking mangkok kasama ang kalahati ng sopas. Gumamit ng handheld blender upang i-blitz hanggang makinis at pagkatapos ay ibalik ito sa kasirola. Idagdag ang orange at lemon juice, magpainit muli, at tikman upang ayusin ang pampalasa.

e) Upang ihain, gupitin nang magaspang ang mga nakareserbang pistachio. Ilipat ang mainit na sopas sa mga mangkok at itaas na may isang kutsarang puno ng kulay-gatas. Budburan ang pistachios at ibuhos ang natitirang saffron liquid.

91. Nasusunog na Talong at Mograbieh Soup

Gumagawa: 4

MGA INGREDIENTS
- 5 maliliit na talong (mga 2½ lb / 1.2 kg sa kabuuan)
- langis ng mirasol, para sa Pagprito
- 1 sibuyas, hiniwa (mga 1 tasa / 125 g sa kabuuan)
- 1 kutsarang buto ng kumin, sariwang giniling
- 1½ tsp tomato paste
- 2 malalaking kamatis (12 oz / 350 g sa kabuuan), balat at diced
- 1½ tasa / 350 ML stock ng manok o gulay
- 1⅔ tasa / 400 ML ng tubig
- 4 cloves na bawang, durog
- 2½ tsp asukal
- 2 kutsarang sariwang kinatas na lemon juice
- ⅓ tasa / 100 g mograbieh, o alternatibo, tulad ng maftoul, fregola, o giant couscous (tingnan ang seksyon sa Couscous)
- 2 kutsarang ginutay-gutay na basil, o 1 kutsarang tinadtad na dill, opsyonal
- asin at sariwang giniling na itim na paminta

MGA TAGUBILIN
a) Magsimula sa pagsunog ng tatlo sa mga talong. Upang gawin ito, sundin ang mga tagubilin para sa Burnt eggplant na may mga buto ng bawang, lemon, at granada .

b) Gupitin ang natitirang mga talong sa ⅔-pulgada / 1.5cm na dice. Mag-init ng humigit-kumulang ⅔ tasa / 150 ml na mantika sa isang malaking kasirola sa katamtamang init. Kapag mainit na, ilagay ang eggplant dice. Magprito sa loob ng 10 hanggang 15 minuto, madalas na pagpapakilos, hanggang sa kulay ang lahat; magdagdag pa ng kaunting mantika kung kinakailangan para laging may mantika sa kawali. Alisin ang talong, ilagay sa isang colander upang maubos, at budburan ng asin.

c) Siguraduhin na mayroon kang mga 1 kutsarang mantika na natitira sa kawali, pagkatapos ay idagdag ang sibuyas at kumin at igisa ng mga 7 minuto, madalas na pagpapakilos. Idagdag ang tomato paste at lutuin ng isa pang minuto bago idagdag ang mga kamatis, stock, tubig, bawang, asukal, lemon juice, 1½ kutsarita ng asin, at ilang itim na paminta. Dahan-dahang kumulo sa loob ng 15 minuto.

d) Samantala, pakuluan ang isang maliit na kasirola ng tubig na inasnan at ilagay ang mograbieh o alternatibo. Magluto hanggang al dente; ito ay mag-iiba ayon sa tatak ngunit dapat tumagal ng 15 hanggang 18 minuto (tingnan ang pakete). Patuyuin at i-refresh sa ilalim ng malamig na tubig.

e) Ilipat ang nasunog na laman ng talong sa sopas at i-blitz sa isang makinis na likido na may handheld blender. Idagdag ang mograbieh at pritong talong, itabi ang kaunti para palamuti sa dulo, at kumulo ng isa pang 2 minuto. Tikman at ayusin ang pampalasa. Ihain nang mainit, kasama ang nakareserbang mograbieh at pritong talong sa ibabaw at pinalamutian ng basil o dill, kung gusto mo.

92. Tomato at sourdough na sopas

Gumagawa: 4

MGA INGREDIENTS
- 2 kutsarang langis ng oliba, dagdag pa para matapos
- 1 malaking sibuyas, tinadtad (1⅔ tasa / 250 g sa kabuuan)
- 1 tsp buto ng kumin
- 2 cloves bawang, durog
- 3 tasa / 750 ML stock ng gulay
- 4 na malalaking hinog na kamatis, tinadtad (4 tasa / 650 g sa kabuuan)
- isang 14-oz / 400g lata na tinadtad na mga kamatis na Italyano
- 1 kutsarang superfine na asukal
- 1 hiwa ng sourdough bread (1½ oz / 40 g sa kabuuan)
- 2 kutsarang tinadtad na cilantro, dagdag pa para matapos
- asin at sariwang giniling na itim na paminta

MGA TAGUBILIN
a) Init ang mantika sa isang medium saucepan at idagdag ang sibuyas. Igisa para sa mga 5 minuto, pagpapakilos madalas, hanggang sa ang sibuyas ay translucent. Idagdag ang kumin at bawang at iprito sa loob ng 2 minuto. Ibuhos sa stock, parehong uri ng kamatis, asukal, 1 kutsarita ng asin, at isang magandang giling ng itim na paminta.

b) Dalhin ang sopas sa banayad na kumulo at lutuin ng 20 minuto, idagdag ang tinapay, pinunit sa mga tipak, sa kalahati ng pagluluto. Panghuli, idagdag ang cilantro at pagkatapos ay blitz, gamit ang isang blender, sa ilang mga pulso upang ang mga kamatis ay masira ngunit medyo magaspang at makapal pa rin. Ang sopas ay dapat na medyo makapal; magdagdag ng kaunting tubig kung ito ay masyadong makapal sa puntong ito. Ihain, binuhusan ng mantika at nakakalat ng sariwang cilantro.

93. Maaliwalas na sopas ng manok na may knaidlach

Gumagawa: 4

MGA INGREDIENTS
- 1 free-range na manok, humigit-kumulang 4½ lb / 2 kg, nahahati sa apat na bahagi, kasama ang lahat ng buto, at giblet kung makukuha mo ang mga ito at anumang karagdagang pakpak o buto na makukuha mo mula sa berdugo
- 1½ tsp langis ng mirasol
- 1 tasa / 250 ML dry white wine
- 2 karot, binalatan at pinutol sa ¾-pulgada / 2cm na hiwa (2 tasa / 250 g sa kabuuan)
- 4 na tangkay ng kintsay (mga 10½ oz / 300 g sa kabuuan), gupitin sa 2½ pulgada / 6cm na mga segment
- 2 medium na sibuyas (mga 12 oz / 350 g sa kabuuan), gupitin sa 8 wedges
- 1 malaking singkamas (7 oz / 200 g), binalatan, pinutol, at pinutol sa 8 segment
- 2 oz / 50 g bungkos ng flat-leaf parsley
- 2 oz / 50 g bungkos ng cilantro
- 5 sanga ng thyme
- 1 maliit na sprig ng rosemary
- ¾ oz / 20 g dill, dagdag pa para palamuti
- 3 dahon ng bay
- 3½ oz / 100 g sariwang luya, hiniwa nang manipis
- 20 black peppercorns
- 5 allspice berries
- asin

KNAIDLACH (Gumawa ng: 12 TO 15)
- 2 sobrang laki ng itlog
- 2½ tbsp / 40 g margarine o taba ng manok, natunaw at pinayagang lumamig ng kaunti
- 2 kutsarang pinong tinadtad na flat-leaf parsley
- ⅔ tasa / 75 g matzo meal
- 4 na kutsarang tubig ng soda

- asin at sariwang giniling na itim na paminta

MGA TAGUBILIN

a) Upang gawin ang knaidlach, haluin ang mga itlog sa isang medium bowl hanggang mabula. Ihalo ang tinunaw na margarine, pagkatapos ay ½ kutsarita ng asin, ilang itim na paminta, at perehil. Dahan-dahan, pukawin ang matzo meal, na sinusundan ng soda water, at pukawin sa isang pare-parehong i-paste. Takpan ang mangkok at palamigin ang batter hanggang sa lumamig at matigas, hindi bababa sa isang oras o dalawa at hanggang 1 araw nang mas maaga.

b) Linya ang isang baking sheet na may plastic wrap. Gamit ang iyong basang mga kamay at isang kutsara, hubugin ang batter sa mga bola na kasing laki ng maliliit na walnut at ilagay sa baking sheet.

c) Ihulog ang mga bola ng matzo sa isang malaking palayok ng malumanay na kumukulo na inasnan na tubig. Bahagyang takpan ng takip at bawasan ang init sa mababang. Dahan-dahang kumulo hanggang lumambot, mga 30 minuto.

d) Gamit ang isang slotted na kutsara, ilipat ang knaidlach sa isang malinis na baking sheet kung saan maaari itong lumamig, at pagkatapos ay palamigin ng hanggang isang araw. O, maaari silang dumiretso sa mainit na sabaw.

e) Para sa sopas, gupitin ang anumang labis na taba sa manok at itapon. Ibuhos ang mantika sa isang napakalaking kasirola o Dutch oven at igisa ang mga piraso ng manok sa mataas na init sa lahat ng panig, 3 hanggang 4 na minuto. Alisin mula sa kawali, itapon ang mantika, at punasan ang kawali. Idagdag ang alak at hayaang bumula ito ng isang minuto. Ibalik ang manok, takpan ng tubig, at pakuluan. Pakuluan ng halos 10 minuto, alisin ang scum. Idagdag ang karot, kintsay, sibuyas, at singkamas. Itali ang lahat ng mga halamang gamot sa isang bundle na may string at idagdag sa palayok. Idagdag ang bay leaves, luya, peppercorns, allspice, at 1½ kutsarita ng asin at pagkatapos ay ibuhos ang sapat na tubig upang masakop ang lahat ng mabuti.

f) Ibalik ang sopas sa isang napaka banayad na kumulo at lutuin ng 1½ oras, paminsan-minsang pag-skimming at pagdaragdag ng tubig kung kinakailangan upang panatilihing maayos ang lahat. Iangat ang manok mula sa sopas at alisin ang karne mula sa mga buto. Panatilihin ang karne sa isang mangkok na may kaunting sabaw upang mapanatili itong basa, at palamigin; reserba para sa ibang gamit. Ibalik ang mga buto sa palayok at pakuluan ng isa pang oras, magdagdag ng sapat na tubig upang panatilihing natatakpan ang mga buto at gulay. Salain ang mainit na sabaw at itapon ang mga damo, gulay, at buto. Painitin ang nilutong knaidlach sa sabaw. Kapag sila ay mainit na, ihain ang sopas at knaidlach sa mababaw na mga mangkok, na binudburan ng dill.

94. Maanghang na freekeh na sopas na may mga bola-bola

Gumagawa: 6
MGA MEATBALLS

MGA INGREDIENTS
- 14 oz / 400 g ground beef, tupa, o kumbinasyon ng dalawa
- 1 maliit na sibuyas (5 oz / 150 g sa kabuuan), pinong diced
- 2 kutsarang pinong tinadtad na flat-leaf parsley
- ½ tsp ground allspice
- ¼ tsp ground cinnamon
- 3 kutsarang all-purpose na harina
- 2 kutsarang langis ng oliba
- asin at sariwang giniling na itim na paminta
- SABAW
- 2 kutsarang langis ng oliba
- 1 malaking sibuyas (9 oz / 250 g sa kabuuan), tinadtad
- 3 cloves ng bawang, durog
- 2 karot (9 oz / 250 g sa kabuuan), binalatan at gupitin sa ⅜-pulgada / 1cm cube
- 2 tangkay ng kintsay (5 oz / 150 g sa kabuuan), gupitin sa ⅜-pulgada / 1cm cube
- 3 malalaking kamatis (12 oz / 350 g sa kabuuan), tinadtad
- 2½ kutsara / 40 g tomato paste
- 1 tbsp baharat spice mix (binili sa tindahan o tingnan ang recipe)
- 1 kutsarang giniling na kulantro
- 1 cinnamon stick
- 1 kutsarang superfine na asukal
- 1 tasa / 150 g basag na freekeh
- 2 tasa / 500 ML stock ng baka
- 2 tasa / 500 ML stock ng manok
- 3¼ tasa / 800 ML mainit na tubig
- ⅓ oz / 10 g cilantro, tinadtad
- 1 lemon, gupitin sa 6 na wedges

MGA TAGUBILIN

a) Magsimula sa mga bola-bola. Sa isang malaking mangkok, paghaluin ang karne, sibuyas, perehil, allspice, cinnamon, ½ kutsarita ng asin, at ¼ kutsarita ng paminta. Gamit ang iyong mga kamay, haluing mabuti, pagkatapos ay buuin ang timpla sa mga bolang kasing laki ng Ping-Pong at igulong ang mga ito sa harina; makakakuha ka ng humigit-kumulang 15. Init ang langis ng oliba sa isang malaking Dutch oven at iprito ang mga bola-bola sa katamtamang apoy sa loob ng ilang minuto, hanggang sa ginintuang kayumanggi sa lahat ng panig. Alisin ang meatballs at itabi.

b) Punasan ang kawali gamit ang mga tuwalya ng papel at idagdag ang langis ng oliba para sa sopas. Sa katamtamang init, iprito ang sibuyas at bawang sa loob ng 5 minuto. Haluin ang carrots at celery at lutuin ng 2 minuto. Idagdag ang mga kamatis, tomato paste, pampalasa, asukal, 2 kutsarita ng asin, at ½ kutsarita ng paminta at lutuin ng isa pang minuto. Haluin ang freekeh at lutuin ng 2 hanggang 3 minuto. Idagdag ang stocks, mainit na tubig, at meatballs. Pakuluan, bawasan ang apoy, at pakuluan nang mahinahon para sa karagdagang 35 hanggang 45 minuto, paminsan-minsang pagpapakilos, hanggang sa mapintog at malambot ang freekeh. Ang sopas ay dapat na medyo makapal. Bawasan o magdagdag ng kaunting tubig kung kinakailangan. Panghuli, tikman at ayusin ang pampalasa.

c) Ilagay ang mainit na sopas sa mga serving bowl at iwiwisik ang cilantro. Ihain ang lemon wedges sa gilid.

DESSERT

95. Matamis na Filo Cigars

Gumagawa: TUNGKOL SA 12 SIGARYO

MGA INGREDIENTS
- 1 tasa / 80 g hiniwang almendras
- ½ tasa / 60 g unsalted pistachios, dagdag pa, durog, para palamuti
- 5 kutsarang tubig
- ½ tasa / 80 g vanilla sugar
- 1 malaking free-range na itlog, pinaghiwalay, puting pinalo
- 1 kutsarang grated lemon zest
- filo pastry, gupitin sa labindalawang 7½-pulgada / 18cm na parisukat
- peanut oil, para sa pagprito
- ½ tasa / 180 g magandang kalidad na pulot

MGA TAGUBILIN
a) Sa isang food processor, pagsamahin ang almond at pistachio sa isang pinong paste. Ilagay ang mga giniling na mani sa isang kawali at magdagdag ng 4 na kutsara ng tubig at asukal. Magluto sa napakababang apoy hanggang sa matunaw ang asukal, mga 4 na minuto. Alisin ang kawali mula sa apoy at idagdag ang pula ng itlog at lemon zest, ihalo ang mga ito sa pinaghalong.

b) Maglagay ng 1 sheet ng pastry sa isang malinis na ibabaw. Ikalat ang humigit-kumulang 1 kutsara ng pinaghalong nut sa isang manipis na guhit sa gilid na pinakamalapit sa iyo, na nag-iiwan ng ¾ pulgada / 2 cm na malinaw sa kaliwa at kanang gilid. Tiklupin ang dalawang gilid sa ibabaw ng i-paste upang hawakan ito sa magkabilang dulo at gumulong palayo sa iyo upang lumikha ng isang compact cigar. Isuksok ang tuktok na gilid at i-seal ito ng kaunting puting itlog. Ulitin sa pastry at pagpuno.

c) Ibuhos ang sapat na mantika sa isang kawali hanggang ¾ pulgada / 2 cm ang taas sa mga gilid. Init ang mantika sa katamtamang init at iprito ang mga tabako sa loob ng 10 segundo sa bawat panig, hanggang sa ginintuang.

d) Ilagay ang tabako sa isang plato na nilagyan ng mga tuwalya ng papel at hayaang lumamig. Ilagay ang pulot at ang natitirang 1 kutsarang tubig sa isang maliit na kasirola at pakuluan. Kapag mainit na ang pulot at tubig, isawsaw nang bahagya ang mga pinalamig na tabako sa syrup sa loob ng isang minuto at haluin nang malumanay hanggang sa mabalot ng mabuti. Alisin at ayusin sa isang serving plate. Budburan ng dinurog na pistachios at hayaang lumamig.

96. Puréed beets na may yogurt at za'atar

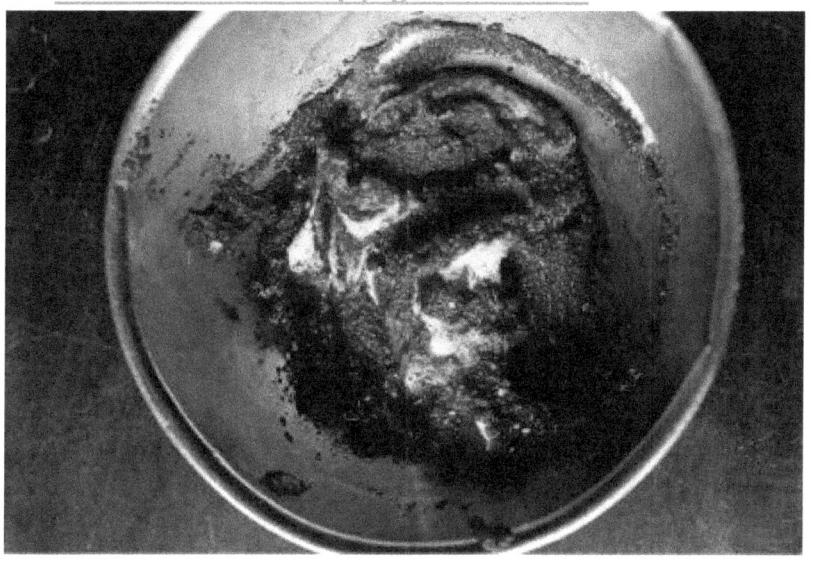

Gumagawa: 6

MGA INGREDIENTS
- 2 lb / 900 g medium beets (mga 1 lb / 500 g sa kabuuan pagkatapos ng pagluluto at pagbabalat)
- 2 cloves bawang, durog
- 1 maliit na pulang sili, may binhi at pinong tinadtad
- bilugan 1 tasa / 250 g Greek yogurt
- 1½ kutsarang date syrup
- 3 kutsarang langis ng oliba, dagdag pa para matapos ang ulam
- 1 kutsara ng za'atar
- asin

PARA GANISAHAN
- 2 berdeng sibuyas, hiniwa nang manipis
- 2 tbsp / 15 g toasted hazelnuts, coarsely durog
- 2 oz / 60 g malambot na keso ng gatas ng kambing, gumuho

MGA TAGUBILIN

a) Painitin muna ang oven sa 400°F / 200°C.

b) Hugasan ang mga beets at ilagay sa isang litson na kawali. Ilagay ang mga ito sa oven at lutuin, walang takip, hanggang sa madaling dumulas ang isang kutsilyo sa gitna, mga 1 oras. Kapag ang mga ito ay sapat na malamig upang mahawakan, alisan ng balat ang mga beet at gupitin ang bawat isa sa mga 6 na piraso. Hayaang lumamig.

c) Ilagay ang mga beets, bawang, chile, at yogurt sa isang food processor at timpla sa isang makinis na paste. Ilipat sa isang malaking mixing bowl at ihalo ang date syrup, olive oil, za'atar, at 1 kutsarita ng asin. Tikman at magdagdag ng higit pang asin kung gusto mo.

d) Ilipat ang timpla sa isang flat serving plate at gamitin ang likod ng isang kutsara upang ikalat ito sa paligid ng plato. Ikalat ang mga berdeng sibuyas, hazelnut, at keso sa ibabaw at sa wakas ay lagyan ng kaunting mantika. Ihain sa temperatura ng kuwarto.

97. Ka'ach Bilmalch

Gumagawa ng: 30 TO 40 BISCUITS

MGA INGREDIENTS
- 4 tasa / 500 g all-purpose na harina, sinala
- 6½ kutsara / 100 ML ng langis ng mirasol
- 6½ tbsp / 100 g unsalted butter, diced at iniwan upang lumambot
- 1 tsp mabilis na pagtaas ng aktibong dry yeast
- 1 tsp baking powder
- 1 tsp asukal
- 1½ tsp asin
- ½ tsp ground cumin
- 1½ kutsarang buto ng haras, inihaw at dinurog nang bahagya
- tungkol sa 6½ tbsp / 100 ml ng tubig
- 1 malaking free-range na itlog, pinalo
- 2 tsp puti at itim na linga

LUWIS NA SAUCE
- 1¼ oz / 35 g flat-leaf parsley (mga tangkay at dahon)
- 1 sibuyas na bawang, durog
- 2 tbsp / 25 g light tahini paste
- ½ tasa / 125 g Greek yogurt
- 5 tsp / 25 ml sariwang kinatas na lemon juice
- kurot ng asin

MGA TAGUBILIN

a) Painitin muna ang oven sa 400°F / 200°C. Ilagay ang sifted flour sa isang malaking mangkok at gumawa ng balon sa gitna. Ibuhos ang mantika sa balon, idagdag ang mantikilya, lebadura, baking powder, asukal, asin, at pampalasa, at haluing mabuti hanggang sa mabuo ang kuwarta. Idagdag ang tubig nang paunti-unti habang hinahalo hanggang sa maging makinis ang masa. Masahin ng ilang minuto.

b) Iguhit ang isang baking sheet na may parchment paper. Kurutin ang mga piraso ng kuwarta sa maliliit na bola, mga 1 oz /

25 g bawat isa. Sa isang malinis na ibabaw, igulong ang mga bola sa mahahabang ahas na humigit-kumulang ⅜ pulgada / 1 cm ang kapal at 5 hanggang 5½ pulgada / 12 hanggang 13 cm ang haba. Buuin ang bawat ahas sa isang saradong singsing at ayusin sa baking sheet, na may pagitan ng mga ¾ pulgada / 2 cm ang pagitan. I-brush ang bawat singsing ng itlog at iwisik ng bahagya ang linga. Iwanan sa patunay sa loob ng 30 minuto.

c) Ihurno ang mga biskwit sa loob ng 22 minuto, hanggang sa ginintuang kayumanggi. Hayaang lumamig bago itago ang mga ito sa isang malinis na garapon o isang lalagyan ng airtight. Nananatili sila hanggang 10 araw.

d) Upang gawin ang dipping sauce, i-blitz lang ang lahat ng mga sangkap upang makakuha ng pare-parehong berdeng sarsa. Magdagdag ng isang kutsara o higit pa ng tubig kung ang sarsa ay napakakapal; gusto mo ng magandang coating consistency.

98. Burekas

Gumagawa: 18 MALIIT NA PASTRIE

MGA INGREDIENTS
- 1 lb / 500 g pinakamahusay na kalidad, all-butter puff pastry
- 1 malaking free-range na itlog, pinalo

RICOTTA FILLING
- ¼ tasa / 60 g cottage cheese
- ¼ tasa / 60 g ricotta cheese
- ⅔ tasa / 90 durog na feta cheese
- 2 tsp / 10 g unsalted butter, natunaw

PECORINO FILLING
- 3½ kutsara / 50 g ricotta cheese
- ⅔ tasa / 70 g gadgad na may edad na pecorino cheese
- ⅓ tasa / 50 g gadgad na may edad na Cheddar na keso
- 1 leek, hiwa sa 2-pulgada / 5cm na mga segment, blanched hanggang malambot, at pinong tinadtad (¾ tasa / 80 g sa kabuuan)
- 1 kutsarang tinadtad na flat-leaf parsley
- ½ tsp sariwang giniling na itim na paminta

MGA BINHI
- 1 tsp nigella seeds
- 1 tsp sesame seeds
- 1 tsp dilaw na buto ng mustasa
- 1 tsp caraway seeds
- ½ tsp chile flakes

MGA TAGUBILIN

a) Igulong ang pastry sa dalawang 12-inch / 30cm squares bawat ⅛ pulgada / 3 mm ang kapal. Ilagay ang mga pastry sheet sa isang baking sheet na nilagyan ng parchment—maaari silang magpahinga sa ibabaw ng isa't isa, na may isang sheet ng parchment sa pagitan-at iwanan sa refrigerator sa loob ng 1 oras.

b) Ilagay ang bawat hanay ng mga filling ingredients sa isang hiwalay na mangkok. Haluin at itabi. Paghaluin ang lahat ng mga buto sa isang mangkok at itabi.

c) Gupitin ang bawat pastry sheet sa 4-inch / 10cm squares; dapat kang makakuha ng kabuuang 18 parisukat. Hatiin ang unang pagpuno nang pantay-pantay sa kalahati ng mga parisukat, sandok ito sa gitna ng bawat parisukat. I-brush ang dalawang magkatabing gilid ng bawat parisukat na may itlog at pagkatapos ay tiklupin ang parisukat sa kalahati upang bumuo ng isang tatsulok. Itulak ang anumang hangin at kurutin nang mahigpit ang mga gilid. Gusto mong pindutin nang husto ang mga gilid para hindi bumukas habang nagluluto. Ulitin ang natitirang mga parisukat na pastry at ang pangalawang pagpuno. Ilagay sa isang baking sheet na nilagyan ng parchment at palamigin sa refrigerator ng hindi bababa sa 15 minuto upang matigas. Painitin muna ang oven sa 425°F / 220°C.

d) I-brush ang dalawang maikling gilid ng bawat pastry na may itlog at isawsaw ang mga gilid na ito sa pinaghalong binhi; kaunting buto, ⅛ pulgada lang / 2 mm ang lapad, ang kailangan lang, dahil nangingibabaw ang mga ito. I-brush din ang tuktok ng bawat pastry na may ilang itlog, iwasan ang mga buto.

e) Siguraduhin na ang mga pastry ay may pagitan ng mga 1¼ pulgada / 3 cm. Maghurno para sa 15 hanggang 17 minuto, hanggang sa ginintuang kayumanggi ang lahat. Ihain nang mainit o sa temperatura ng kuwarto. Kung ang ilan sa mga palaman ay tumalsik mula sa mga pastry sa panahon ng pagluluto, dahan-dahan lamang itong ipasok muli kapag sila ay sapat na upang mahawakan.

99. Ghraybeh

Gumagawa: MGA 45 COOKIES

MGA INGREDIENTS
- ¾ cup plus 2 tbsp / 200 g ghee o clarified butter, mula sa refrigerator para ito ay solid
- ⅔ tasa / 70 g ng asukal sa mga confectioner
- 3 tasa / 370 g all-purpose na harina, sinala
- ½ tsp asin
- 4 tsp orange blossom water
- 2½ tsp rosas na tubig
- mga 5 tbsp / 30 g unsalted pistachios

MGA TAGUBILIN
a) Sa isang stand mixer na nilagyan ng whip attachment, pagsamahin ang ghee at asukal ng mga confectioner sa loob ng 5 minuto, hanggang sa malambot, mag-atas, at maputla. Palitan ang latigo gamit ang beater attachment, idagdag ang harina, asin, at orange blossom at rosas na tubig, at haluin para sa isang magandang 3 hanggang 4 na minuto, hanggang sa isang pare-pareho, makinis na kuwarta. I-wrap ang kuwarta sa plastic wrap at palamigin ng 1 oras.

b) Painitin muna ang oven sa 350°F / 180°C. Kurutin ang isang piraso ng kuwarta, na tumitimbang ng humigit-kumulang ½ oz / 15 g, at igulong ito sa pagitan ng iyong mga palad. Bahagyang patagin at ilagay sa baking sheet na nilagyan ng parchment paper. Ulitin sa natitirang bahagi ng kuwarta, ayusin ang mga cookies sa mga sheet na may linya at hiwalay ang mga ito nang maayos. Pindutin ang 1 pistachio sa gitna ng bawat cookie.

c) Maghurno sa loob ng 17 minuto, siguraduhin na ang cookies ay hindi magkakaroon ng anumang kulay ngunit lutuin lamang. Alisin mula sa oven at hayaang ganap na lumamig. Itabi ang cookies sa lalagyan ng airtight nang hanggang 5 araw.

100. Mutabbaq

Gumagawa: 6

MGA INGREDIENTS
- ⅔ tasa / 130 g unsalted butter, natunaw
- 14 na sheet ng filo pastry, 12 by 15½ inches / 31 by 39 cm
- 2 tasa / 500 g ricotta cheese
- 9 oz / 250 g malambot na keso ng gatas ng kambing
- dinurog na unsalted pistachios, para palamutihan (opsyonal)
- SYRUP
- 6 tbsp / 90 ML ng tubig
- bilugan 1⅓ tasa / 280 g superfine sugar
- 3 kutsarang sariwang kinatas na lemon juice

MGA TAGUBILIN
a) Painitin ang oven sa 450°F / 230°C. I-brush ang isang mababaw na rimmed baking sheet na mga 11 by 14½ inches / 28 by 37 cm na may ilan sa natunaw na mantikilya. Ikalat ang isang filo sheet sa itaas, ilagay ito sa mga sulok at hayaan ang mga gilid na nakabitin. Brush lahat ng mantikilya, itaas ng isa pang sheet, at magsipilyo muli ng mantikilya. Ulitin ang proseso hanggang sa magkaroon ka ng 7 sheet na pantay na nakasalansan, bawat isa ay nilagyan ng mantikilya.

b) Ilagay ang ricotta at goat's milk cheese sa isang mangkok at i-mash kasama ng isang tinidor, ihalo nang mabuti. Ikalat sa itaas na filo sheet, na nag-iiwan ng ¾ pulgada / 2 cm na malinaw sa gilid. I-brush ang ibabaw ng keso na may mantikilya at itaas ang natitirang 7 sheet ng filo, na lagyan ng mantikilya ang bawat isa.

c) Gumamit ng gunting upang gupitin ang halos ¾ pulgada / 2 cm mula sa gilid ngunit hindi umaabot sa keso, upang manatiling maayos itong naka-sealed sa loob ng pastry. Gamitin ang iyong mga daliri upang dahan-dahang isuksok ang mga gilid ng filo sa ilalim ng pastry upang magkaroon ng maayos na gilid. Magsipilyo ng mas maraming mantikilya sa kabuuan. Gumamit ng matalim na kutsilyo upang gupitin ang ibabaw sa humigit-kumulang 2¾-

pulgada / 7cm na mga parisukat, na nagpapahintulot sa kutsilyo na halos umabot sa ilalim ngunit hindi masyadong. Maghurno para sa 25 hanggang 27 minuto, hanggang sa ginintuang at malutong.

d) Habang nagluluto ang pastry, ihanda ang syrup. Ilagay ang tubig at asukal sa isang maliit na kasirola at haluing mabuti gamit ang isang kahoy na kutsara. Ilagay sa katamtamang apoy, pakuluan, idagdag ang lemon juice, at kumulo ng dahan-dahan sa loob ng 2 minuto. Alisin mula sa init.

e) Dahan-dahang ibuhos ang syrup sa pastry sa sandaling ilabas mo ito sa oven, siguraduhing nababad ito nang pantay-pantay. Iwanan upang lumamig sa loob ng 10 minuto. Budburan ng dinurog na pistachios, kung gagamit, at gupitin sa mga bahagi.

KONGKLUSYON

Sa pag-abot namin sa kasukdulan ng aming paglalakbay sa pagluluto sa pamamagitan ng "ANG PINAKAMAHUSAY GITNA SILANGAN AKLAT NG LUTUIN," umaasa kaming natikman mo ang masaganang tapiserya ng mga lasa na tumutukoy sa hindi pangkaraniwang lutuing ito. Ang bawat recipe sa loob ng mga pahinang ito ay isang testamento sa mga sinaunang tradisyon sa pagluluto, ang magkakaibang impluwensya sa rehiyon, at ang kasiningan na humubog sa pagluluto sa Middle Eastern.

Natuwa ka man sa mga mabangong pampalasa ng isang Moroccan tagine, natikman ang mga creamy texture ng Lebanese mezze, o nagpakasawa sa tamis ng Persian dessert, nagtitiwala kami na ang 100 recipe na ito ay nagdala sa iyo sa gitna ng kahusayan sa pagluluto ng Middle Eastern.

Sa kabila ng kusina, nawa'y manatili sa iyong alaala ang mga kuwento at tradisyon na hinabi sa bawat ulam, na nagpapaunlad ng mas malalim na pagpapahalaga sa pamana ng kultura na kasama ng lutuing Middle Eastern. Habang patuloy mong ginalugad ang mga lasa ng kaakit-akit na rehiyong ito, nawa'y mapuno ng kagalakan, pagtuklas, at walang hanggang init ng mabuting pakikitungo sa Middle Eastern ang iyong mga pakikipagsapalaran sa pagluluto. Cheers sa pagtikim ng 100 masaganang lasa at ang walang hanggang pang-akit ng "ANG PINAKAMAHUSAY GITNA SILANGAN AKLAT NG LUTUIN"!

www.ingramcontent.com/pod-product-compliance
Lightning Source LLC
Chambersburg PA
CBHW071302110526
44591CB00010B/748